Lafzan Da Daria

A River of Poetic Whispers

Zaildar Pargat Singh

BookLeaf
Publishing

India | USA | UK

Dedication

ਇਸ ਕਿਤਾਬ ਦੀ ਰਚਨਾ 'ਚ ਸਹਿਯੋਗ ਦੇਣ ਵਾਲੇ ਹਰ ਇਕ ਵਿਅਕਤੀ ਦਾ
ਤਹਿ ਦਿਲੋਂ ਧੰਨਵਾਦ।
ਉਹ ਸਭ ਪੰਜਾਬੀ ਕਵੀ–ਚਾਹੇ ਭਾਰਤ ਤੋਂ ਸਨ ਜਾਂ ਪਾਕਿਸਤਾਨ ਤੋਂ–ਜਿਨ੍ਹਾਂ ਦੇ
ਲਫ਼ਜ਼ ਮੇਰੇ ਗੁਰੂ ਬਣੇ।

ਧੰਨਵਾਦ ਮੇਰੇ ਪਿੰਡ "ਅਸੰਧ" ਦੀਆਂ ਗਲੀਆਂ ਤੇ ਉਹ ਰੋਜ਼ ਦੇਖੇ ਜਾਣ ਵਾਲੇ
ਚੇਹਰੇ ਜਿਹਨਾਂ ਤੇ ਹਜ਼ਾਰਾਂ ਹੀ ਕਹਾਣੀਆਂ ਲਿਖੀਆਂ ਹੁੰਦੀਆਂ ਹਨ |

ਇਹ ਕਿਤਾਬ ਸਮਰਪਤ ਹੈ ਉਹਨਾਂ ਸਭ ਲਿਖਾਰੀਆਂ ਨੂੰ ਜਿਹੜੇ ਤੁਰਦੇ ਫਿਰਦੇ
, ਕੰਮ ਕਰਦੇ, ਸੁੱਤੇ ਜਾਗਦੇ ਕੁਝ ਨਾ ਕੁਝ ਘੜਦੇ ਰਹਿੰਦੇ ਹਨ |

To every soul that ever felt too much,
And to the voices of Punjabi poets who taught me how
to listen.

Preface

ਲਫ਼ਜ਼ਾਂ ਦਾ ਦਰਿਆ ਉਹ ਨਦੀ ਹੈ ਜੋ ਮੈਂ ਪਿਛਲੇ ਚਾਰ-ਪੰਜ ਸਾਲਾਂ 'ਚ ਚੁੱਪ-
ਚਾਪ ਭਰੀ ਹੈ।
ਇਹ ਕਵਿਤਾਵਾਂ—ਕਦੇ ਰੋਮਾਂਟਿਕ, ਕਦੇ ਉਦਾਸ, ਕਦੇ ਬੇਪਰਵਾਹ—ਮਨ ਦੇ
ਵੱਖ-ਵੱਖ ਰੰਗਾਂ ਤੋਂ ਨਿਕਲੀਆਂ ਹਨ।
ਭਾਸ਼ਾ ਸਧਾਰਣ ਰੱਖੀ ਗਈ ਹੈ, ਪਰ ਭਾਵਨਾ ਡੂੰਘੀ ਹੈ।

ਇਹ ਕਵਿਤਾਵਾਂ ਮੈਨੂੰ ਆਪਣੇ ਮਨ ਦੀ ਗੱਲ ਦੱਸਣ ਦਾ ਸਾਧਨ ਬਣੀਆਂ।
ਬਹੁਤ ਸਾਰੀਆਂ ਕਵਿਤਾਵਾਂ ਭਾਰਤੀ ਅਤੇ ਪਾਕਿਸਤਾਨੀ ਪੰਜਾਬੀ ਕਵਿਤਾ ਤੋਂ
ਪ੍ਰੇਰਿਤ ਹਨ—ਉਹ ਆਵਾਜ਼ਾਂ, ਜਿਨ੍ਹਾਂ ਨੇ ਮੈਨੂੰ ਲਫ਼ਜ਼ਾਂ ਦੀ ਅਹਿਮੀਅਤ
ਸਿਖਾਈ।

ਹੁਣ ਇਹ ਦਰਿਆ ਤੁਹਾਡਾ ਹੈ।
ਚਾਹੇ ਤੈਰੋ, ਚੁੱਪ ਚਾਪ ਕਿਨਾਰੇ ਬੈਠੋ, ਜਾਂ ਸਿਰਫ਼ ਸੁਣੋ।

This book, Lafzan Da Daria, is a river I've been quietly
filling for the past four to five years. These poems—
written in Punjabi and blended expressions—flow from
the corners of joy, heartbreak, longing, rebellion, and
laughter. They are simple in language, but carry the
weight of unspoken feelings.

I have always believed that poetry doesn't need to be
complex to be deep. That's why you'll find everyday
words here, woven into moments that may feel like your

own. Many of these verses have been shaped by the poetic winds of Indian and Pakistani Punjabi writers—voices that echoed in my heart and guided my pen.

This river is now yours. Wade in. Float. Or simply listen.

Acknowledgements

Special Thanks to

Simar Kaur
Dr. Ranjeet Singh Virk
Nishan Singh Wahla
Premjeet Nainewalia

and my grandfather
Sardar Narinder Singh Wahla

1. ਜੇ ਹੋਵੇ ਜ਼ੋਰ ਜ਼ੁਬਾਨ ਦੇ ਅੰਦਰ

ਜੇ ਹੋਵੇ ਜ਼ੋਰ ਜ਼ੁਬਾਨ ਦੇ ਅੰਦਰ
ਫਿਰ ਤਲਵਾਰ ਮਿਆਨ ਦੇ ਅੰਦਰ

ਜੇ ਮਾਰੋਂਗਾ ਖਾਏਂਗਾ ਵੀ
ਰੱਖੀਂ ਗੱਲ ਧਿਆਨ ਦੇ ਅੰਦਰ

ਵੇਚਣ ਲਈ ਹੁਣ ਕੋਈ ਵੀ ਭਾਂਡਾ
ਬਚਿਆ ਨਹੀਂ ਮਕਾਨ ਦੇ ਅੰਦਰ

ਲਾਂਗਰੀਏ ਨੂ ਕਹੇ ਭਿਖਾਰੀ
ਭੁੱਖ ਲੱਗੀ ਏ ਜਾਣ ਦੇ ਅੰਦਰ

ਜਿਉਂਦਿਆਂ ਉੱਤੇ ਹੱਸਦੇ ਪਏ ਸਨ
ਮੁਰਦੇ ਕੱਲ ਸ਼ਮਸ਼ਾਨ ਦੇ ਅੰਦਰ

ਜਦ ਤੂੰ ਹੱਸ ਕੇ ਤੱਕ ਲੈਨਾ ਏ
ਜਾਨ ਔਂਦੀ ਏ ਜਾਨ ਦੇ ਅੰਦਰ

ਇੱਕ ਵੀ ਬੰਦਾ ਸੱਚਾ ਨਹੀਂ ਏ
ਮੇਰੀ ਤਾਂ ਪਹਿਚਾਣ ਦੇ ਅੰਦਰ

ਭਾਂਤ ਭਾਂਤ ਦੇ ਰੱਬ ਮਿਲਦੇ ਨੇ
ਧਰਮਾਂ ਵਾਲੀ ਦੁਕਾਨ ਦੇ ਅੰਦਰ

ਰੱਖੇ ਸਦਾ ਯਕੀਨ ਖੁਦਾ ਤੇ
ਲਿਖਿਆ ਪਿਐ ਕੁਰਾਨ ਦੇ ਅੰਦਰ

ਕੋਈ ਸਾਧੂ ਲੁਕਿਆ ਹੁੰਦੈ
ਕਿਦਰੇ ਹਰ ਸ਼ੈਤਾਨ ਦੇ ਅੰਦਰ

ਜੈਲਦਾਰ ਜਿਹਾ ਬਦਕਿਸਮਤ ਕੋਈ
ਹੋਣਾ ਨਹੀਂ ਜਹਾਨ ਦੇ ਅੰਦਰ

2. ਫਿਰ ਗੁਲਾਮੀ ਕਿਸ ਕਮੀ ਤੋ

ਪੁੱਛ ਲਵੋ ਬੇਸ਼ਕ ਖੁਦਾ ਨੂੰ,
ਪੁੱਛ ਲਵੋ ਚਾਹੇ ਖੁਦੀ ਨੂੰ
ਸਿਰ ਤਲੀ ਤੇ ਸਿਰ ਤੇ ਰੰਬੀ
ਸਿਰ ਨੇ ਵਾਰੇ ਸਰਜ਼ਮੀ ਤੋਂ,
ਚੁੱਮ ਕੇ ਰੱਸੇ ਗਲ਼ ਚ ਪਾਏ,
ਨੇਜੇਆਂ ਤੇ ਸਿਰ ਟੰਗਾਏ,
ਭਰ ਗੱਡੇ ਲਾਸ਼ਾਂ ਦੇ ਆਏ,
ਫਿਰ ਗੁਲਾਮੀ ਕਿਸ ਕਮੀ ਤੋ

3. ਪਾਪਾਂ ਦੀ ਕਿਤਾਬ

ਜੀ ਕੋਈ ਚੱਲਿਆ ਨਾ ਜ਼ੋਰ ਜਦੋਂ ਧੁਰ ਦਰਗਾਹੇ ਨਾਪਸੰਦ ਹੋ ਗਏ
ਜਦੋਂ ਖੁੱਲੀ ਮੇਰੇ ਪਾਪਾਂ ਦੀ ਕਿਤਾਬ ਮੇਰੇ ਸਾਹ ਵੀ ਔਨੇ ਬੰਦ ਹੋ ਗਏ

ਬੰਦਾ ਕਿਹੜੇ ਕੱਮ ਭੇਜੇ ਪਰਮਾਤਮਾ, ਤੇ ਏਥੇ ਕੀ ਕੀ ਕਾਰੇ ਕਰਦਾ
ਜਿੰਨਾ ਕੱਮਾਂ ਤੋਂ ਸੀ ਡੱਕਿਆ ਜੀ ਰੱਬ ਨੇ ਇਹ ਗਿਣ ਗਿਣ ਸਾਰੇ ਕਰਦਾ
ਓਹੀ ਰੂਹਾਂ ਨੇ ਸੁਭਾਗੀਆਂ ਜਿਹਨਾ ਦੇ ਕੀਤੇ ਕੱਮ ਲਾਹੇਵੰਦ ਹੋ ਗਏ
ਜਦੋਂ ਖੁੱਲੀ ਮੇਰੇ ਪਾਪਾਂ ਦੀ ਕਿਤਾਬ ਮੇਰੇ ਸਾਹ ਵੀ ਔਨੇ ਬੰਦ ਹੋ ਗਏ

ਜਿੰਨੇ ਕਰ ਛੱਡੇ ਪਾਪ ਹੁਣ ਤੱਕ ਮੈਂ ਓਹ੍ਨਾ ਨੂ ਧੋਣਾ ਸੌਖੀ ਗੱਲ ਨਹੀ
ਜਿਸ ਪਿਆਂ ਏ ਕੁਰਾਹੇ ਇਸ ਰਾਹ ਤੋਂ ਪਰਤ ਔਣਾ ਸੌਖੀ ਗੱਲ ਨਹੀ
ਵਾਂਗ ਨਰਮੇ ਦੇ ਕੁਜ ਪੀੜੇ ਜਾਣਗੇ ਜੀ ਚੰਗੋ ਨੇ ਜੋ ਤੰਦ ਹੋ ਗਏ
ਜਦੋਂ ਖੁੱਲੀ ਮੇਰੇ ਪਾਪਾਂ ਦੀ ਕਿਤਾਬ ਮੇਰੇ ਸਾਹ ਵੀ ਔਨੇ ਬੰਦ ਹੋ ਗਏ

ਫਲ ਕੀਤੇ ਕਰਮਾਂ ਦੀ ਹੀ ਏ ਮਿਲਣਾ ਤੇ ਕੱਮ ਕਰ ਸੋਚ ਸੋਚ ਕੇ
ਜਿਵੇਂ ਖਾਨਾ ਏ ਗਰੀਬਾਂ ਦਾ ਤੂ ਹੱਕ, ਜਮਾਂ ਤੈਨੂ ਖਾਣਾ ਨੋਚ ਨੋਚ ਕੇ
ਕੁਜ ਪੱਤਰ ਗੁਲਾਬ ਦੇ ਮਧੋਲੇ ਗਏ, ਚੰਗੋ ਜੋ ਗੁਲਕੰਦ ਹੋ ਗਏ
ਜਦੋਂ ਖੁੱਲੀ ਮੇਰੇ ਪਾਪਾਂ ਦੀ ਕਿਤਾਬ ਮੇਰੇ ਸਾਹ ਵੀ ਔਨੇ ਬੰਦ ਹੋ ਗਏ

ਬੰਦਾ ਹੋਇਆ ਏ ਮੁਰੀਦ ਅੱਜ ਪੈਸੇ ਦਾ ਜੀ ਭਾਈਚਾਰਾ ਪਾਸੇ ਧਰਿਆ
ਵੱਡਾ ਬਣੇ ਜੈਲਦਾਰ ਅੱਗੇ ਦੁਨੀਆ ਦੇ ਅੰਦਰੋਂ ਗੁਨਾਹਾਂ ਭਰਿਆ

ਅੱਜ ਸੋਚ ਦਾ ਜਹਾਨ ਗਿਆ ਸੁੰਗੜ ਦਿਲਾਂ ਦੇ ਬੂਹੇ ਤੰਗ ਹੋ ਗਏ
ਜਦੋਂ ਖੁੱਲੀ ਮੇਰੇ ਪਾਪਾਂ ਦੀ ਕਿਤਾਬ ਮੇਰੇ ਸਾਹ ਵੀ ਔਂਟੇ ਬੰਦ ਹੋ

5

4. ਜਜ਼ਬੇ ਹੋ ਗਏ ਪੱਕੇ,

ਜਜ਼ਬੇ ਹੋ ਗਏ ਪੱਕੇ, ਖਾ ਖਾ ਧੱਕੇ, ਹੁਣ ਤਾਂ ਥੱਕੇ
ਨਾ ਰੱਬ ਮੰਦਰ ਮਸਜਦ ਮਿਲਿਆ, ਨਾਂ ਹੀ ਮਿਲਿਆ ਮੱਕੇ, ਹੁਣ ਤਾਂ ਥੱਕੇ

ਧਰਮ ਦੇ ਨਾਂ ਤੇ ਥਾਂ ਥਾਂ ਦੇਖੇ,
ਖੋਲੀਆਂ ਪਈਆਂ ਦੁਕਾਨਾਂ, ਬੇਈਮਾਨਾਂ, ਮੁਲਖ ਦੀਵਾਨਾ
ਕਿਹ੍ੜਾ ਤੈਨੂ ਗੱਲ ਸਮਝਾਊ, ਸਿਰੇ ਦਿਆ ਸ਼ੈਤਾਨਾ,
ਬੁਰਾ ਜ਼ਮਾਨਾ, ਓਏ ਇਨਸਾਨਾ
ਵੇਚ ਜ਼ਮੀਰ ਤੂੰ ਰੱਬ ਖਰੀਦੇ,
ਕਿਹ੍ੜਾ ਤੈਨੂ ਡੱਕੇ, ਹੁਣ ਤਾਂ ਥੱਕੇ
ਜਜ਼ਬੇ ਹੋ ਗਏ ਪੱਕੇ, ਖਾ ਖਾ ਧੱਕੇ, ਹੁਣ ਤਾਂ ਥੱਕੇ
ਨਾ ਰੱਬ ਮੰਦਰ ਮਸਜਦ ਮਿਲਿਆ,
ਨਾਂ ਹੀ ਮਿਲਿਆ ਮੱਕੇ, ਹੁਣ ਤਾਂ ਥੱਕੇ

ਜੀ ਸਾਡਾ ਕੀ ਏ ਮਸਤਾਂ ਵਾਂਗਰ ਜੋ ਦਿਲ ਆਏ ਕਹਿਣਾ,
ਚੁੱਪ ਨਾ ਰਹਿਣਾ, ਗਲ ਨੂ ਪੈਣਾ
ਸਮਝੋਗੇ ਤਾਂ ਸਮਝ ਆਏਗੀ, ਉਂਜ ਪੱਲੇ ਨੀ ਪੈਣਾ,
ਵਾਂਝੇ ਰਹਿਣਾ, ਫਿਰ ਨਾ ਕਹਿਣਾ
ਜੀ ਭੀੜ ਪਈ ਸਬ ਭੱਜ ਜਾਂਦੇ ਨੇ
ਜਿੰਨੇ ਹੋਵਣ ਸੱਕੇ, ਹੁਣ ਤਾਂ ਥੱਕੇ
ਜਜ਼ਬੇ ਹੋ ਗਏ ਪੱਕੇ, ਖਾ ਖਾ ਧੱਕੇ, ਹੁਣ ਤਾਂ ਥੱਕੇ

ਨਾ ਰੱਬ ਮੰਦਰ ਮਸਜਦ ਮਿਲਿਆ,
ਨਾਂ ਹੀ ਮਿਲਿਆ ਮੱਕੇ, ਹੁਣ ਤਾਂ ਥੱਕੇ

ਸੁਣ ਓਏ ਅੜਿਆ ਨਿੰਮ ਤੇ ਚੜ੍ਹਿਆ, ਚੰਗਾ ਨਹੀ ਕਰੇਲਾ,
ਇਹ ਜੱਗ ਮੇਲਾ, ਯੱਬ ਝਮੇਲਾ
ਨੇਕੀ ਕਰ੍ਲੈ ਗਾਗਰ ਭਰ੍ਲੈ, ਕਾਹਨੂੰ ਫਿਰਦੈਂ ਵੇਹ੍ਲਾ,
ਕੱਮ ਨੀ ਔਂਣਾ ਪੈਸਾ ਧੇਲਾ
ਜੀ ਯਾਰ ਤੋਂ ਹਰਜੋ ਭਾਵੇਂ ਕੋਲੇ ਚਾਰੇ ਈ ਹੋਵਣ ਧੱਕੇ, ਹੁਣ ਤਾਂ ਥੱਕੇ
ਜਜ਼ਬੇ ਹੋ ਗਏ ਪੱਕੇ, ਖਾ ਖਾ ਧੱਕੇ, ਹੁਣ ਤਾਂ ਥੱਕੇ
ਨਾ ਰੱਬ ਮੰਦਰ ਮਸਜਦ ਮਿਲਿਆ,
ਨਾਂ ਹੀ ਮਿਲਿਆ ਮੱਕੇ, ਹੁਣ ਤਾਂ ਥੱਕੇ

ਜਦ ਆਈਐਂ ਸੌ ਕਹਿੰਦਾ ਸੌ ਮੈਂ ਭਲਾ ਕਰੁੰਗਾ ਸਬ ਦਾ,
ਜੀ ਰਗ-ਰਗ ਦਾ, ਸਾਰੇ ਜਗ ਦਾ
ਮੈਨੂ ਤਾਂ ਨਹੀਂ ਬੋਲ ਪੁਗੋਂਦਾ, ਭਲਾ ਕਰੇਂਦਾ ਲਗਦਾ,
ਫਿਰਦਾ ਠੱਗਦਾ, ਪੁੱਠਾ ਵੱਗਦਾ
ਹੁਣ ਲੱਖ ਗੁਨਾਹ ਵੀ ਕਰਨ ਲੱਗਿਆਂ
ਜੈਲਦਾਰ ਨਾ ਥੱਕੇ ਤੇ ਨਾਂ ਅੱਕੇ
ਜਜ਼ਬੇ ਹੋ ਗਏ ਪੱਕੇ, ਖਾ ਖਾ ਧੱਕੇ, ਹੁਣ ਤਾਂ ਥੱਕੇ
ਨਾ ਰੱਬ ਮੰਦਰ ਮਸਜਦ ਮਿਲਿਆ,
ਨਾਂ ਹੀ ਮਿਲਿਆ ਮੱਕੇ, ਹੁਣ ਤਾਂ ਥੱਕੇ

5. ਇਹ ਰੱਬ ਜਾਣਦੈ

ਨੀਤ ਚੰਗੀ ਜਾ ਬੁਰੀ ਏ, ਇਹ ਰੱਬ ਜਾਣਦੈ
ਮੇਰੇ ਦਿਲ ਚ ਕੀ ਕੀ ਏ, ਇਹ ਰੱਬ ਜਾਣਦੈ

ਗਲ ਤੇਰੀ ਵੀ ਸੱਚ ਹੈ, ਗਲ ਮੇਰੀ ਵੀ ਸੱਚ ਹੈ
ਪਰ ਕਿਹੜੀ ਸਹੀ ਏ, ਇਹ ਰੱਬ ਜਾਣਦੈ

ਕਲੂ ਰੂੜੀ ਤੇ ਵੇਖੀ ਸੀ ਲਾਸ਼ ਇੱਕ ਪਰੀ ਦੀ
ਖਬਰੇ ਕਿਸ ਦੀ ਧੀ ਹੈ, ਇਹ ਰੱਬ ਜਾਣਦੈ

ਕਿ ਇਸ਼ਕੇ ਦੇ ਰਾਹ ਦੀ ਕੋਈ ਮੰਜ਼ਿਲ ਨਹੀ ਹੁੰਦੀ
ਇਹ ਗੱਲ ਤੇ ਪੱਕੀ ਏ , ਇਹ ਰੱਬ ਜਾਣਦੈ

ਇਹ ਸੁਖ ਦੁਖ ਤੇ ਖੁਸ਼ੀਆਂ ਇਹ ਰੋਸੇ ਤੇ ਗਮ ਵੀ
ਬਸ ਘੜੀ ਦੋ ਘੜੀ ਏ, ਇਹ ਰੱਬ ਜਾਣਦੈ

ਗੱਲ ਮੈਂ ਵੀ ਸੁਣੀ ਸੀ ਕਿ ਜੈਲੀ ਹੈ ਪਾਗਲ
ਪਰ ਕਿਸ ਨੇ ਕਹੀ ਏ, ਇਹ ਰੱਬ ਜਾਣਦੈ

6. ਤੁਰ ਗਿਓਂ ਵਦੇਸੀਂ ਵੇ

ਤੁਰ ਗਿਓਂ ਵਦੇਸੀਂ ਵੇ
ਤੂੰ ਛੱਡ ਕੇ ਦੇਸ, ਬਦਲ ਕੇ ਭੇਸ
ਤੂੰ ਮੁੜ ਆ ਵਤਨੀਂ, ਉਡੀਕੇ ਪਤਨੀ
ਵੇ ਦੁੱਖੜੇ ਸਹਿੰਦੀ

ਤੈਨੂ ਪਈਆਂ ਉਡੀਕਦੀਆਂ
ਦੋ ਅੱਖੀਆਂ ਗਿੱਲੀਆਂ, ਜ਼ਰਾ ਕੁ ਹਿੱਲੀਆਂ
ਜੋ ਪਲਕਾਂ ਸਿੱਲੀਆਂ, ਪੂੰਜਦੀ ਰਹਿੰਦੀ

———

ਘਰ ਭਾਗਾਂ ਵਾਲੀ ਜੋ
ਵੇ ਖਿੱਲਰੇ ਵਾਲ, ਤੇ ਮੰਦੜਾ ਹਾਲ
ਗੋਦੀ ਵਿਚ ਬਾਲ, ਬਰੂਹਾਂ ਨਾਲ
ਜੋ ਕੱਖ ਪਰਾਲ, ਹੂੰਜਦੀ ਰਹਿੰਦੀ
ਤੈਨੂ ਪਈਆਂ ਉਡੀਕਦੀਆਂ
ਦੋ ਅੱਖੀਆਂ ਗਿੱਲੀਆਂ, ਜ਼ਰਾ ਕੁ ਹਿੱਲੀਆਂ
ਜੋ ਪਲਕਾਂ ਸਿੱਲੀਆਂ, ਪੂੰਜਦੀ ਰਹਿੰਦੀ

———

ਰਹੇ ਸੁੱਖਾਂ ਮੰਗਦੀ ਜੋ
ਭੈਣ ਤੇਰੀ ਤੱਤੜੀ, ਹੋਈ ਸੁੱਕ ਲੱਕੜੀ
ਵੇ ਕੌਣ ਬਨ੍ਹਾਉ, ਆ ਗੁੱਟ ਤੇ ਰੱਖੜੀ

ਮੁੱਠੀ ਵਿਚ ਜਿੰਦ ਕੂੰਜ ਦੀ ਰਹਿੰਦੀ
ਤੈਨੂ ਪਈਆਂ ਉਡੀਕਦੀਆਂ
ਦੋ ਅੱਖੀਆਂ ਗਿੱਲੀਆਂ, ਜ਼ਰਾ ਕੁ ਹਿੱਲੀਆਂ
ਜੋ ਪਲਕਾਂ ਸਿੱਲੂਆਂ, ਪੁੰਜਦੀ ਰਹਿੰਦੀ

———

ਘਰ ਤਰਸਨ ਪੁੱਤਰਾਂ ਨੂ
ਰੋਂਦੀਆਂ ਮਾਵਾਂ, ਤਕਦੀਆਂ ਰਾਹਵਾਂ
ਵੇ ਮੁੜ ਆ ਵਤਨੀਂ ਮੈਂ ਸ਼ਗਨ ਮਨਾਵਾਂ
ਜੀ ਏਹੀ ਗੂੰਜ ਗੂੰਜਦੀ ਰਹਿੰਦੀ
ਤੈਨੂ ਪਈਆਂ ਉਡੀਕਦੀਆਂ
ਦੋ ਅੱਖੀਆਂ ਗਿੱਲੀਆਂ, ਜ਼ਰਾ ਕੁ ਹਿੱਲੀਆਂ
ਜੋ ਪਲਕਾਂ ਸਿੱਲੂਆਂ, ਪੁੰਜਦੀ ਰਹਿੰਦੀ

———

ਕੋਈ ਜ਼ੋਰ ਨਾ ਚਲਦਾ ਵੇ
ਬਾਪ ਦੀ ਪਗੜੀ, ਰਹੀ ਨਾ ਤਗੜੀ
ਜੀ ਕੱਮ ਦੇ ਭਾਰ, ਕਰਜ਼ਿਆਂ ਰਗੜੀ
ਕੇ ਡਾਲਰਾਂ ਨਾਲ਼ ਭੁਖ ਨਾ ਲਹਿੰਦੀ

ਤੈਨੂ ਪਈਆਂ ਉਡੀਕਦੀਆਂ
ਦੋ ਅੱਖੀਆਂ ਗਿੱਲੀਆਂ, ਜ਼ਰਾ ਕੁ ਹਿੱਲੀਆਂ
ਜੋ ਪਲਕਾਂ ਸਿੱਲੂਆਂ, ਪੁੰਜਦੀ ਰਹਿੰਦੀ

7. ਚੰਨ ਤਾਰੇ ਆ ਗਏ

ਵਸਲ ਦੀ ਰਾਤੀਂ ਸਨਮ ਜਦ ਹੱਥ ਸੀ ਛੁਡਵਾ ਗਏ
ਦੁੱਖ ਮੇਰੇ ਵੰਡੌਣ ਦੇ ਲਈ ਚੰਨ ਤਾਰੇ ਆ ਗਏ

ਬਦਲੀਆਂ ਅਥਰੂ ਸੀ ਪੂੰਝੇ, ਤੇ ਹਵਾ ਸੁਣਦੀ ਰਹੀ
ਕੁਜ ਕੁ ਦੁਖੜੇ ਬੁੱਲਾਂ ਚੋਂ ਕੁਜ ਅੱਖੀਆਂ ਵਿਚੋਂ ਆ ਗਏ

ਯਾਰ ਦੇ ਢਾਏ ਤਸ਼ੱਦਦ ਦੀ ਜਦੋ ਮੈਂ ਗੱਲ ਦੱਸੀ
ਰਾਤ ਦੀ ਰਾਣੀ ਦੇ ਫੁੱਲ ਵੀ ਸੁਣ ਕੇ ਨੀਵੀ ਪਾ ਗਏ

ਆਸ਼ਿਕਾਂ ਨੂ ਬੇਵਫਾਈਆਂ ਮੁੱਢ ਤੋਂ ਹੀ ਨਸੀਬ ਨੇ
ਜੁਗਨੂਆਂ ਦੇ ਟੋਲੇ ਵੀ ਗੱਲ ਕੰਨ ਚ ਸਮਝਾ ਗਏ

ਦਿਨ ਚੜ੍ਹੇ ਨੂ ਠੰਡ ਪਾਈ ਸ਼ਬਨਮਾਂ ਦੀਆਂ ਚਾਦਰਾਂ
ਹੱਸਦੇ ਵੱਸਦੇ ਗੁਲਸ਼ਨਾਂ ਨੂ ਅੱਗ ਸੀ ਓਹ ਲਾ ਗਏ

ਤੜਫਦਾ ਰਹਿੰਦਾ ਹੈ ਜੈਲੀ ਤਾਰੀਆਂ ਨਾ ਰਾਤ ਭਰ
ਦਿਲ ਮੇਰੇ ਤੇ ਹਿਜਰ ਦਾ ਐਸਾ ਜ਼ਖ਼ਮ ਓ ਪਾ ਗਏ

8. ਪਰਮਾਤਮਾ

ਆਦ ਹੈ ਅਨਾਦ ਹੈ ਕਿ ਅਨਹਦਾ ਇਕ ਨਾਦ ਹੈ
ਭੋਗ ਹੈ ਵਿਸਮਾਦ ਹੈ ਉਨ੍ਮਾਦ ਹੈ ਪਰਮਾਤਮਾ

ਆਧਾਰ ਹੈ ਉੱਧਾਰ ਹੈ ਅਪਾਰ ਹੈ ਤੇ ਸਾਰ ਹੈ
ਇਕ ਓਮ ਤੇ ਜੋ ਕਾਰ ਹੈ, ਸਾਕਾਰ ਹੈ ਪਰਮਾਤਮਾ

ਲੱਖ ਹੈ ਪਰ ਵੱਖ ਹੈ ਨਿਰਪੱਖ ਹੈ ਪਰਤੱਖ ਹੈ
ਹੱਕ ਹੈ ਅਲੱਖ ਹੈ ਤੇ ਸੱਚ ਹੈ ਪਰਮਾਤਮਾ

ਇੱਕ ਹੈ ਅਨਿੱਕ ਹੈ ਤੇ ਭੂਤ ਹੈ ਭਵਿੱਖ ਹੈ
ਸਿੱਖ ਹੈ ਅਸਿੱਖ ਹੈ ਅਦਿੱਖ ਹੈ ਪਰਮਾਤਮਾ

ਦੁੱਖ ਵਿਚ ਵੀ ਸੁੱਖ ਹੈ ਗੁਰਸਿੱਖ ਹੈ ਗੁਰਮੁੱਖ ਹੈ
ਧੁਨ ਹੈ ਅਜੁਨ ਹੈ ਨਿਪੁਨ ਹੈ ਪਰਮਾਤਮਾ

ਰਾਜ ਹੈ ਰਾਜਾਨ ਹੈ ਮਹੀਨ ਹੈ ਮਹਾਨ ਹੈ
ਉਦਿਤ ਹੈ ਕਬਿੱਤ ਹੈ ਦੀਵਾਨ ਹੈ ਪਰਮਾਤਮਾ

ਨਵੀਨ ਹੈ ਪ੍ਰਾਚੀਨ ਹੈ , ਧਨਵੰਤ ਹੈ ਮਸਕੀਨ ਹੈ
ਅਜ੍ਞਾਨ ਹੈ ਅਸੀਮ ਹੈ , ਆਮੀਨ ਹੈ ਪਰਮਾਤਮਾ

ਆਕਾਸ਼ ਹੈ ਪਰਕਾਸ਼ ਹੈ ਵਿਸ਼ਵਾਸ ਹੈ ਆਭਾਸ ਹੈ
ਆਸ ਹੈ ਆਗਾਸ ਹੈ ਹਰ ਸੁਆਸ ਹੈ ਪਰਮਾਤਮਾ

ਅੰਦਰ ਵੀ ਹੈ ਮੰਦਰ ਵੀ ਹੈ ਓ ਬੰਦਾ-ਏ-ਪਰਵਰ ਵੀ ਹੈ
ਵਰ ਵੀ ਹੈ , ਤਰਵਰ ਵੀ ਹੈ , ਸਰਵਰ ਵੀ ਹੈ ਪਰਮਾਤਮਾ

ਗੁਣਵਾਨ ਹੈ ਬਲਵਾਨ ਹੈ ਮੁਸ਼ਕਿਲ ਐਪਰ ਆਸਾਨ ਹੈ
ਜਾਨ ਹੈ ਜਹਾਨ ਹੈ , ਪਰਵਾਨ ਹੈ ਪਰਮਾਤਮਾ

ਧੀਰ ਹੈ ਗੰਭੀਰ ਹੈ ਆਲਮਪਨਾਹ-ਏ-ਗੀਰ
ਜਾਪ ਹੈ ਆਲਾਪ ਹੈ ਬੇਨਾਪ ਹੈ ਪਰਮਾਤਮਾ

ਕਾਲ ਹੈ ਅਕਾਲ ਹੈ ਆਕਾਸ਼ ਹੈ ਪਾਤਾਲ ਹੈ
ਖੰਡ ਹੈ ਬ੍ਰਹਿਮੰਡ ਹੈ ਅਖੰਡ ਹੈ ਪਰਮਾਤਮਾ

ਓਹ ਅੰਗ ਹੈ ਓਹ ਸੰਗ ਹੈ ਅਸੰਭ ਹੈ ਬੇਰੰਗ ਹੈ
ਓਹ ਆਪ ਹੈ ਓ ਬਾਪ ਹੈ ਮੇਰੇ ਅੱਖਰਾਂ ਦੀ ਛਾਪ ਹੈ

"ਤੂੰ" ਚ ਹੈ ਤੇ "ਮੈਂ" ਚ ਹੈ, ਭੈ ਚ ਹੈ ਨਿਰਭੈ ਚ ਹੈ
ਇਸ ਸ਼ੈ ਚ ਹੈ ਉਸ ਸ਼ੈ ਚ ਹੈ, ਹਰ ਸ਼ੈ ਚ ਹੈ ਪਰਮਾਤਮਾ

ਦੀਨ ਹੈ ਮਸਕੀਨ ਹੈ ਪਰਗਟ ਅਕਲ ਤੋਂ ਹੀਣ ਹੈ
ਮੈਂ ਪਾਪ ਦਾ ਪੁਤਲਾ ਤੇ ਬਖਸ਼ਣਹਾਰ ਹੈ ਪਰਮਾਤਮਾ

9. ਤੇ ਕਈ ਗਿਰਜੇ ਗਾਏ

ਕੁਜ ਮੰਦਰ, ਕੁਜ ਕੁ ਮਸਜਿਦ ਤੇ ਕਈ ਗਿਰਜੇ ਗਾਏ
ਦਿਨ ਚੜੇ ਦੇ ਨਾਲ ਹੀ ਫਿਰ ਤੋਂ ਧਰਮ ਸਿਰਜੇ ਗਾਏ

ਅੱਜ ਨਾ ਮੈਥੋਂ ਪਾਪ ਹੋਵੇ, ਪਾ ਦੁਹਾਈ ਤੁਰ ਪਏ
ਮਸਜਿਦਾਂ ਨੂ ਸਿਰ ਨਿਵਾ ਕੱਮ ਨੂ ਕਸਾਈ ਤੁਰ ਪਏ

ਪੱਥਰਾਂ ਨੂ ਖੁਸ਼ ਕਰਨ ਫੁੱਲਾਂ ਦਾ ਕਰਕੇ ਕਤਲ ਜੀ
ਆਖਦੇ ਨੇ ਹੋ ਜਾਏ ਦਾਤਾ ਦਾ ਹੁਣ ਤੇ ਫ਼ਜ਼ਲ ਜੀ

ਮੰਗਤਿਆਂ ਨੂ ਖੈਰ ਵੀ ਪੌਂਦੀ ਨੀ ਜਿਹੜੀ ਢੰਗ ਦੀ
ਦੁਨੀਆ, ਦੇ ਕੇ ਇੱਕ ਰੁਪਇਆ ਲੱਖ ਕਰੋੜਾਂ ਮੰਗਦੀ

ਰੱਬ ਦੀ ਵੀ ਕੀਮਤ ਲਗਾਵੇ, ਆਦਮੀ ਚੰਡਾਲ ਹੈ
ਭਰ ਗਈ ਦੁਨੀਆ ਮੇਰੇ ਜਹੇ ਅਕਲਹੀਣਾਂ ਨਾਲ ਹੈ

10. ਲਾਹੌਰ ਵੇਖਣੇ ਨੂ

ਝੰਗ,ਗੋਜਰਾ,ਕਸੂਰ,ਮਿਆਂਵਾਲੀ ਜੀ ਹਜ਼ੂਰ
ਸਾਹੀ ਅਤੇ ਮੁਲਤਾਨ, ਜਿੱਥੇ ਵੱਸੇ ਮੇਰੀ ਜਾਣ
ਜੀ ਕਰਾਚੀ, ਕਰਨਾਲ ਤੇ ਪਸ਼ੌਰ ਵੇਖਣੇ ਨੂ
ਮੇਰਾ ਚਿੱਤ ਕਰੇ ਅੱਮੀਏ ਲਾਹੋਰ ਵੇਖਣੇ ਨੂ

ਗੁਰੂ ਘਰ ਤੇ ਮਸੀਤ ਦੀ ਹੈ ਸਾਂਝੀ ਜਿੱਥੇ ਕੰਧ
ਐਸੇ ਥਾਵਾਂ ਨੂ ਮੈਂ ਕਰਾਂ ਕਿੰਜ ਲਫ਼ਜ਼ਾਂ ਚ ਬੰਦ
ਆਉਂਦਾ ਕਿੱਦਰੋਂ ਆਜ਼ਾਨਾਂ ਦਾ ਏ ਸ਼ੋਰ ਵੇਖਣੇ ਨੂ
ਮੇਰਾ ਚਿੱਤ ਕਰੇ ਅੱਮੀਏ ਲਾਹੋਰ ਵੇਖਣੇ ਨੂ

ਲਾਵਾਂ ਜ਼ੋਰ ਮੈਂ ਬਥੇਰਾ, ਵੱਸ ਚਲਦਾ ਨਾ ਮੇਰਾ
ਵੀਜ਼ਾ ਲਹਿੰਦੇ ਦਾ ਦੁਆਦੇ, ਰੱਬਾ ਘਸਦਾ ਕੀ ਤੇਰਾ
ਪਰ੍ਦਾਦੇ ਦੀ ਹਵੇਲੀ ਵਿਚ ਮੋਰ ਵੇਖਣੇ ਨੂ
ਮੇਰਾ ਚਿੱਤ ਕਰੇ ਅੱਮੀਏ ਲਾਹੋਰ ਵੇਖਣੇ ਨੂ

ਉਥੇ ਵੱਸਦੇ ਨੇ ਮੇਰੇ ਕੁੱਛ ਵਿੱਛੜੇ ਭਰਾ
ਸਨਤਾਲੀ ਵੇਲੇ ਰੋ ਰੋ ਜਿਹੜੇ ਨਿੱਖੜੇ ਭਰਾ
ਖੁੰਡੀ, ਚਾਦਰੇ ਤੇ ਸ਼ਮਲੇ ਦੀ ਟੌਹਰ ਵੇਖਣੇ ਨੂ
ਮੇਰਾ ਚਿੱਤ ਕਰੇ ਅੱਮੀਏ ਲਾਹੋਰ ਵੇਖਣੇ ਨੂ

ਜੈਲਦਾਰ ਨੰਗੇ ਪੈਰੀਂ ਨਨਕਾਨੇ ਜਾਣਾ ਚਾਹਵੇ
ਮਿੱਟੀ ਪਾਕ ਪੱਤਣਾਂ ਦੀ ਇੰਜ ਜਾਪ੍ਦਾ ਬੁਲਾਵੇ
ਵੇਖੀ ਦੁਨੀਆ ਬਥੇਰੀ ਕੁਜ ਹੋਰ ਵੇਖਣੇ ਨੂ
ਮੇਰਾ ਚਿੱਤ ਕਰੇ ਅੱਜਿਏ ਲਾਹੋਰ ਵੇਖਣੇ ਨੂ

11. ਚੱਲੀ ਕਵਿਤਾ

ਚੱਲੀ ਕਵਿਤਾ
ਚੱਲੀ ਕਵਿਤਾ
ਬਿਲ੍ਕੁਲ
ਕੱਲਮਕੱਲੀ ਕਵਿਤਾ

ਤੋੜ ਉਨੀਂਦਾ
ਛੱਡ ਗ਼ਫ਼ਲਤਾਂ
ਥੋੜੀ ਥੋੜੀ
ਹੱਲੀ ਕਵਿਤਾ

ਡਿੱਗਦੀ ਢਹਿੰਦੀ
ਉਠਦੀ ਬਹਿੰਦੀ
ਤੁਰਦੀ ਹੋਕੇ
ਝੱਲੀ ਕਵਿਤਾ

ਸ਼ੁੱਤੀਆਂ ਰੂਹਾਂ
ਪਈ ਜਗਾਵੇ
ਵੇਖ ਵਜਾਵੇ
ਟੱਲੀ ਕਵਿਤਾ

ਖੁਦ ਬੇਸਮਝ
ਨਸੀਹਤਾਂ ਦੇਵੇ
ਅਕਲੋ
ਲੱਲ ਬਲੱਲੀ ਕਵਿਤਾ

ਪਰਗਟ ਦਾ ਘਰ
ਲਬਦੀ ਲਬਦੀ
ਰੋ ਪਈ
ਮੱਲੋ ਮੱਲੀ ਕਵਿਤਾ

ਜਦ ਆ ਪਹੁੰਚੀ
ਸੋਚ ਮੇਰੀ ਵਿਚ
ਫੇਰ ਕਿਤੇ ਜਾ
ਠੱਲੀ ਕਵਿਤਾ

12. ਪਾਣੀ ਦੀ ਕੀਮਤ

ਜਾ ਪੁੱਛ ਮਾਰੂਥਲ ਨੂੰ, ਜਲ ਦਾ ਕੀ ਭਾਅ ਹੈ
ਇਹ ਦਰਿਆ ਕੀ ਜਾਣੇ ਹੈ ਪਾਣੀ ਦੀ ਕੀਮਤ

ਨਵੀਂ ਹੁੰਦੀ ਨੈ, ਤੇ ਪੁਰਾਣੀ ਹੈ ਸੌ ਦਿਨ
ਨਵੀਂ ਤੋਂ ਹੈ ਵਧ ਕੇ ਪੁਰਾਣੀ ਦੀ ਕੀਮਤ

ਕੀ ਛਿੱਕੂ, ਕੀ ਛੰਨਾ, ਅਤੇ ਛੱਜ-ਛਾਨਣੀ ਕੀ
ਇਹ ਸ਼ਹਿਰਣ ਕੀ ਜਾਣੇ ਮਧਾਣੀ ਦੀ ਕੀਮਤ

ਏਥੇ ਚਾਚੇ ਤਾਏ ਨੂੰ ਵੀ ਕਹਿੰਦੇ ਨੇ ਅੰਕਲ
ਕੀ ਦੱਸਾਂ ਦਰਾਨੀ - ਜਠਾਣੀ ਦੀ ਕੀਮਤ

ਸੁਣੋ ਗੁਨਾਹ੍ਗਾਰੋ, ਨਾ ਕੁੱਖ ਵਿਚ ਹੀ ਮਾਰੋ
ਪਛਾਣੋ ਜੀ ਕੰਨਿਆ ਨਿਆਣੀ ਦੀ ਕੀਮਤ

13. ਚਿਣਗਾਂ ਨੂ ਪੱਖੀਆਂ

ਚਿਣਗਾਂ ਨੂ ਪੱਖੀਆਂ ਝੁਲਾਈ ਜਾ ਰਹੇ ਨੇ
ਬਲਦੀਆਂ ਵਿਚ ਤੇਲ ਪਾਈ ਜਾ ਰਹੇ ਨੇ

ਮੁਰਦੇ ਵੀ ਫੁਕਣ ਤੇ ਜਿਹੜੇ ਡਰ ਰਹੇ ਸੀ
ਅੱਜ ਜੀਂਦਿਆਂ ਨੂ ਅੱਗ ਲਾਈ ਜਾ ਰਹੇ ਨੇ

ਕਿਸ ਤਰਫ ਰਸਤਾ, ਮੰਜ਼ਿਲ ਕਿਸ ਤਰਫ
ਕਿਸ ਤਰਫ ਨੂ ਇਹ ਸ਼ੁਦਾਈ ਜਾ ਰਹੇ ਨੇ

ਜਿਸ ਗਲੇ ਨੂ ਪਾ ਰਹੇ ਗਲਵੱਕੜੀਆਂ ਸੀ
ਸਾੜ ਕੇ ਅੱਜ, ਟੈਰ ਪਾਈ ਜਾ ਰਹੇ ਨੇ

ਮਜ਼ਹਬਾਂ ਦੀ ਅੱਗ ਸੇਕਣ ਦੇ ਬਹਾਨੇ ਹੀ
ਏ ਕਈ ਚਰਾਗ਼ਾਂ ਨੂ ਬੁਝਾਈ ਜਾ ਰਹੇ ਨੇ

ਰੋਕ ਲਓ ਜੇ ਰੋਕ ਸਕਦੇ ਹੋ ਇਹ ਮੰਜ਼ਰ
ਮੁਰਦੇ ਫਿਰ ਤੋਂ ਸਿਰ ਉਠਾਈ ਜਾ ਰਹੇ ਨੇ

14. ਨੀਵਿਆਂ ਰੁੱਖਾਂ ਨੂ

ਹਮੇਸ਼ਾ ਨੀਵਿਆਂ ਰੁੱਖਾਂ ਨੂ, ਹੀ ਫਲ ਲੱਗਿਆ ਕਰਦੈ
ਬੜਾ ਉੱਚਾ ਵੀ ਹੋਵੇ ਰੁੱਖ, ਹਰਿੱਕ ਦਾ ਹੀ ਭਲਾ ਕਰਦੈ

ਅਸਾਡਾ ਦੋਸ਼ ਨਾ ਕੋਈ, ਤੇ ਉਸ ਨੂੰ ਹੋਸ਼ ਨਾ ਕੋਈ
ਸਜ਼ਾਏ ਮੌਤ ਦਾ ਜਾਰੀ ਸਨਮ ਕਿਓ ਫੈਸਲਾ ਕਰਦੈ

ਇਹ ਹੰਝੂ ਵੀ ਸੁਕਾ ਦਿੰਦੈ, ਤੜਪਣਾਂ ਵੀ ਸਿਖਾ ਦਿੰਦੈ
ਕਦੇ ਪਰ ਇਸ ਤੋਂ ਵੀ ਬਦਤਰ, ਗਮਾਂ ਦਾ ਸਿਲਸਿਲਾ ਕਰਦੈ

ਨਾ ਹਿੰਦੂ ਸਿਖ ਮੁਸਲਮਾਂ, ਆਦਮੀਅਤ ਜ਼ਾਤ ਹੈ ਮੇਰੀ
ਮੇਰੇ ਘਰ ਨੂ ਹੀ ਫਿਰ ਕਾਹਤੋਂ ਤਬਾਹ ਇਹ ਜ਼ਲਜ਼ਲਾ ਕਰਦੈ

ਹਮੇਸ਼ਾ ਦਰਦਮੰਦ ਬੋਲੇ, ਨਹੀ ਇਹ ਬੁਜ਼ਦਿਲਾਂ ਦਾ ਕੰਮ
ਕਿ ਉਹ ਯੋਧਾ ਹੀ ਹੁੰਦੈ, ਜੋ ਵਿਖਾਇਆ ਹੌਸਲਾ ਕਰਦੈ

ਤੁਹਾਡੀ ਹੌਸਲਾ ਅਫਜਾਈ ਸਦਕੇ ਕਲਮ ਉੱਠਦੀ ਹੈ
ਹੈ ਮਿੱਤਰੋ ਆਪ ਦੀ ਕਿਰਪਾ, ਕਿ ਜੈਲੀ ਲਿਖ ਲਿਆ ਕਰਦੈ

15. ਜਾਣ ਕੱਡ ਕੇ ਰੱਖ ਦਿਆਂਗਾ

ਬੜੇ ਅਥਰੂ ਨੇ ਕੇਰੇ, ਤੇ ਬੜਾ ਹੈ ਦਰਦ ਜਰਿਆ
ਗਮਾਂ ਨੂ ਦਫਨ ਕਰਕੇ, ਅੱਜ ਮੈਂ ਗੱਡ ਕੇ ਰੱਖ ਦਿਆਂਗਾ

ਨਾ ਮੁੜ ਰੋਣਾ ਪਵੇਗਾ ਨਾ ਉਦਾਸੀ ਆ ਸਕੇਗੀ
ਕਿ ਅੱਜ ਮੈਂ ਸਬ ਦੁੱਖਾਂ ਦਾ ਫਾਹਾ ਵੱਢ ਕੇ ਰੱਖ ਦਿਆਂਗਾ

ਬੜੇ ਹੀ ਹਾਦਸੇ ਵੰਡੇ ਨੇ, ਅਣਹੋਣੀ ਨੇ ਮੈਨੂ
ਕਿਤੇ ਜੇ ਮਿਲ ਗਈ ਤੇ ਜਾਣ ਕੱਡ ਕੇ ਰੱਖ ਦਿਆਂਗਾ

16. ਕਵੀਸ਼ਰੀ

ਕੱਡੇ ਪਕੜ ਬੁਖਾਰ ਨੂੰ ਗਰਦਨੇ ਜੀ
ਹੈ ਨਾ ਅਸਰ ਕੁਨੀਨ ਦੀ ਪਿੱਲ ਜੈਸਾ

ਕੋਈ ਖੁਫ਼ੀਆ ਨਾ ਸਹੇ ਦੇ ਬਿੱਲ ਨਾਲੋ
ਭੈੜਾ ਬਿੱਲ ਨਾ ਚਲਾਨ ਦੇ ਬਿੱਲ ਜੈਸਾ

ਮਿੱਠਾ ਹੋਰ ਨਾ ਹੋਵਣਾ ਸ਼ਹਿਦ ਨਾਲੋਂ
ਕੌੜਾ ਹੋਰ ਨਾ ਬੇਰ ਦੀ ਲਿੱਲ ਜੈਸਾ

ਨਾ ਜੱਗ ਤੇ ਹੋਰ ਨਿਸ਼ਾਨ ਸੋਹਣਾ
ਗੋਰੀ ਗੱਲੂ ਤੇ ਕਾਲੜੇ ਤਿਲ ਜੈਸਾ

ਢਾਈਆਂ ਕੋਹਾਂ ਤੋ ਕਰਦੀ ਨਿਸ਼ਾਨਦੇਹੀ
ਕੀਹਨੇ ਦੂਰ ਤੋਂ ਦੇਖਣਾ ਇੱਲ ਜੈਸਾ

ਖੱਦਰ ਭਾਰਤ ਤੋਂ ਸੋਹਣਾ ਨਾ ਹੋਰ ਮਿਲਣਾ
ਹੈ ਨਾ ਰੇਸ਼ਮ ਕੋਈ ਚੀਨ ਦੀ ਮਿੱਲ ਜੈਸਾ

ਦੂਰੋ ਬੱਝੇ ਨਿਸ਼ਾਨਾ ਜੀ ਬੰਦੂਕ ਦਾ ਹੀ

ਲੱਗੇ ਨੇੜਿਓਂ ਨਾ ਇੱਟ, ਰੋੜੇ, ਡਿਲ ਜੈਸਾ

ਇਨਫ਼ਿਨੀਟੀ ਨਾਲੋਂ ਵਧ ਕੋਈ ਨਾ
ਅਤੇ ਘੱਟ ਨਾ ਹੋਵਣਾ ਨਿੱਲ ਜੈਸਾ

ਡੂੰਗੀ ਖਾਈ ਨਾ ਪੇਰੂ ਦੀ ਖਾਈ ਵਾਂਗਰ
ਨਾ ਕੋਈ ਉੱਚਾ ਹਿਮਾਲਿਆ ਹਿੱਲ ਜੈਸਾ

ਸੁੱਚਾ ਨਾਮ ਨਾ ਨਾਨਕ ਤੋਂ ਹੋਰ ਕੋਈ
ਕੋਮਲ ਦਿਲ ਨਾ ਅਮੜੀ ਦੇ ਦਿਲ ਜੈਸਾ

ਸਿਹਤਮੰਦੀ ਨਾ ਸੁਬਹ ਦੀ ਸੈਰ ਨਾਲੋਂ
ਮਾੜਾ ਰੋਗ ਨਾ ਸੁਸਤੀ ਤੇ ਢਿੱਲ ਜੈਸਾ

"ਬਾਬੂ" ਦੀਆਂ ਪੈੜਾਂ ਤੇ ਪੈਰ ਧਰਦਾ
ਪਰਗਟ ਭੁੱਜ ਕੇ ਹੋਵਣਾ ਖਿੱਲ ਜੈਸਾ

17. ਰੋਟੀ ਅੱਜ ਗਮਾਂ ਦੀ ਪਕਾਈ ਤੇਰੇ ਖਾਣ ਨੂ

ਹਉਕਿਆਂ ਦੇ ਆਟੇ ਨੂ ਮੈਂ ਹੰਝੂਆਂ ਚ ਗੁੰਨ ਕੇ
ਰੋਟੀ ਅੱਜ ਗਮਾਂ ਦੀ ਪਕਾਈ ਤੇਰੇ ਖਾਣ ਨੂ

ਸਾਹਾਂ ਵਾਲੇ ਸੇਕ ਉੱਤੇ ਤਨ ਦੀ ਕੜਾਹੀ ਰੱਖ
ਦਿਲ ਦੀ ਮੈਂ ਰਿਨੰੀ ਦਵਾਈ ਤੇਰੇ ਖਾਣ ਨੂ

ਸ਼ਿਵ ਦੀਆਂ ਗੀਤਾਂ ਵਿੱਚੋਂ, ਟੁੱਟੀਆਂ ਪ੍ਰੀਤਾਂ ਵਿਚੋਂ
ਪੀੜਾਂ ਦੀ ਪਨੀਰੀ ਵੀ ਮਾਂਗਾਈ ਤੇਰੇ ਖਾਣ ਨੂ

ਪੱਟ ਦਾ ਮੈਂ ਭੁੰਨ ਮਾਸ, ਸਬਜ਼ੀ ਬਨੌਂਟੀ ਖਾਸ
ਆਸਾਂ ਦੀ ਪਰਾਤ ਹੈ ਸਜਾਈ ਤੇਰੇ ਖਾਣ ਨੂ

ਸਮੇਂ ਦੀ ਜੋ ਕਾੜ੍ਹਨੀ ਚ, ਹਿਜਰਾਂ ਦਾ ਦੁੱਧ ਤਪੇ
ਚਿਰਾਂ ਪਿੱਛੋਂ ਆਈ ਏ ਮਲਾਈ ਤੇਰੇ ਖਾਣ ਨੂ

ਕਾਲਜੇ ਦੀ ਰੱਤ ਨਾਲ, ਜ਼ਖਮਾਂ ਦੀ ਪੱਤ ਨਾਲ
ਵੇ ਜੈਲਦਾਰਾ ਨਜ਼ਮ ਬਣਾਈ ਤੇਰੇ ਖਾਣ ਨੂ

18. ਜੀ ਕਰਦੈ ਪੁੱਛਾਂ ਰੱਬ ਨੂ ਤੇਰੀ ਮਰਜੀ ਕੀ ਐ

ਜੇ ਕੋਈ ਕਰੇ ਸਵਾਲ ਖੁਦਾ ਉੱਤੇ ਤਾਂ ਹਰਜ਼ ਈ ਕਿ ਐ
ਜੀ ਕਰਦੈ ਪੁੱਛਾਂ ਰੱਬ ਨੂ ਤੇਰੀ ਮਰਜੀ ਕੀ ਐ

ਕਾਹਤੋਂ ਕੁਖ ਦੇ ਵਿਚ ਓ ਮਰਦੀ ਹੈ
ਕਾਹਤੋਂ ਸੜਦੀ ਮਿੰਨਤਾਂ ਕਰਦੀ ਹੈ
ਜੋ ਪਗ ਅਖੌਂਦੀ ਘਰ ਦੀ ਹੈ
ਕਾਹਤੋਂ ਦਾਜ ਦੀ ਭੇਟਾਂ ਚੜੁਦੀ ਹੈ
ਝੂਠੀ ਕੀਤੀ ਉਸਦੀ ਲਾਸ਼ ਤੇ ਹਮਦਰਦੀ ਕੀ ਹੈ
ਜੀ ਕਰਦੈ ਪੁੱਛਾਂ ਰੱਬ ਨੂ ਤੇਰੀ ਮਰਜੀ ਕੀ ਐ

ਕਿਤੇ ਸੋਕੇ ਦੇ ਵਿਚ ਸੁੱਕਦਾ ਹੈ
ਕਿਤੇ ਹੜ ਦੇ ਵਿਚ ਡੁੱਬ ਮੁੱਕਦਾ ਹੈ
ਕਹਿੰਦੇ ਕਰਜ਼ਾ ਲੈ ਕੇ ਲੁੱਕਦਾ ਹੈ
ਖੁਦਕੁਸ਼ੀਆਂ ਦੇ ਘਰ ਢੁੱਕਦਾ ਹੈ
ਫਿਰ ਕਰਜ਼ਾ ਮਾਫੀ ਕਰਨ ਦੀ ਦਿੱਤੀ ਅਰਜ਼ੀ ਕੀ ਐ
ਜੀ ਕਰਦੈ ਪੁੱਛਾਂ ਰੱਬ ਨੂ ਤੇਰੀ ਮਰਜੀ ਕੀ ਐ

ਘਰ ਦਾ ਹੀ ਕਰਦਾ ਚੋਰੀ ਹੈ
ਹਰ ਤਾਂ ਤੇ ਰਿਸ਼ਵਤਖੋਰੀ ਹੈ
ਅੰਨੇ ਦੇ ਹੱਥ ਵਿਚ ਡੋਰੀ ਹੈ
ਜੈਲੀ ਨੂੰ ਅਕਲ ਵੀ ਥੋੜੀ ਹੈ
ਆਵੇ ਸਮਝ ਨਾ ਕੀ ਅਸਲ ਹੈ ਤੇ ਫਰਜ਼ੀ ਕਿ ਹੈ
ਜੀ ਕਰਦੈ ਪੁੱਛਾਂ ਰੱਬ ਨੂੰ ਤੇਰੀ ਮਰਜੀ ਕੀ ਐ

19. ਬਾਲਣੇ ਨੂ ਆਏ ਸੀ ਤੇ ਅੱਗ ਲਗਾ ਕੇ ਤੁਰ ਗਏ

ਆਸ ਦੇ ਦੀਵੇ ਦੇ ਵਿਚ ਸੀ ਤੇਲ ਪਾ ਕੇ ਰੱਖਿਆ
ਬਾਲਣੇ ਨੂ ਆਏ ਸੀ ਤੇ ਅੱਗ ਲਗਾ ਕੇ ਤੁਰ ਗਏ

ਜਾਣ ਕੇ ਅਣਜਾਨ ਬਣਕੇ ਖੜ ਕੇ ਸੀ ਤੱਕਦੇ ਰਹੇ
ਸੜਦਾ ਮੈਨੂ ਵੇਖ ਕੇ ਓ ਮੁਸਕੁਰਾ ਕੇ ਤੁਰ ਗਏ

ਇੱਕ ਦਿਨੇ ਮਰਨੇ ਦੀ ਹਾਲੇ ਕਸਮ ਭੁੱਲੀ ਵੀ ਨਹੀ
ਮੈਂ ਕਿਹਾ "ਮਰ ਜਾਵਾਂ" ? ਤੇ ਓ ਸਿਰ ਹਿਲਾ ਕੇ ਤੁਰ ਗਏ

ਆਪਣੀ ਇਸ ਹਾਲਤ ਦਾ ਜਦ ਗੁਨਾਹ੍ਗਾਰ ਓਹਨੂ ਆਖਿਆ
ਨੱਕ ਚੜ੍ਹਾ ਕੇ, ਘੂਰੀ ਵੱਟ ਕੇ, ਤਿਲਮਿਲਾ ਕੇ ਤੁਰ ਗਏ

ਰੁੜ੍ਹ ਚੁਕੇ ਸਬ ਹੰਜੂਆ ਦਾ ਹਿਸਾਬ ਜਦ ਮੈਂ ਮੰਗਿਆ
ਹਿਜਰ ਦੇ ਕਾਸੇ ਦੇ ਵਿਚ ਓ ਮੌਤ ਪਾ ਕੇ ਤੁਰ ਗਏ

20. ਬੜੀ ਮਾੜੀ ਹੁੰਦੀ ਏ ਵਿਚਾਰਿਆਂ ਦੇ ਨਾਲ

ਚੰਨ ਜਦੋ ਰੁੱਸ ਜਾਂਦੈ ਤਾਰਿਆਂ ਦੇ ਨਾਲ
ਬੜੀ ਮਾੜੀ ਹੁੰਦੀ ਏ ਵਿਚਾਰਿਆਂ ਦੇ ਨਾਲ

ਕੁਝ ਕੱਢ ਦਿੱਤੀ ਅਸੀਂ ਹੀਰੇ ਤੈਨੂ ਪਾਉਣ ਵਿਚ
ਕੁਝ ਕੱਢ ਦਿੱਤੀ ਤੈਨੂ ਆਪਣਾ ਬਣਾਉਣ ਵਿਚ
ਬਾਕੀ ਕੱਢ ਦੇਣੀ ਤੇਰੇ ਲਾਰਿਆਂ ਦੇ ਨਾਲ
ਚੰਨ ਜਦੋ ਰੁੱਸ ਜਾਂਦੈ ਤਾਰਿਆਂ ਦੇ ਨਾਲ

ਗੁੱਸਾ ਨਹੀਓ ਕਰੀਦਾ ਜੀ ਸੱਜਣਾਂ ਦੀ ਗੱਲ ਦਾ
ਅੱਜ ਮੰਨ ਜਾਉ ਜੇ ਓ ਰੁੱਸਿਆ ਏ ਕੱਲ ਦਾ
ਲੜੀਦਾ ਨੀ ਸੱਜਣਾਂ ਪਿਆਰਿਆਂ ਦੇ ਨਾਲ
ਚੰਨ ਜਦੋ ਰੁੱਸ ਜਾਂਦੈ ਤਾਰਿਆਂ ਦੇ ਨਾਲ

ਚੇਤਾ ਕਰ ਕੋਲਾਂ ਤੇ ਕਰਾਰਾਂ ਵਾਲੀ ਗੱਲ ਦਾ
ਵਾਦੇ, ਵਫਾ, ਰੋਸੇ ਤੇ ਪਿਆਰਾਂ ਵਾਲੀ ਗੱਲ ਦਾ
ਭਰਦੀ ਸੀ ਹਾਮੀ ਤੂੰ ਹੁੰਗਾਰਿਆਂ ਦੇ ਨਾਲ
ਚੰਨ ਜਦੋ ਰੁੱਸ ਜਾਂਦੈ ਤਾਰਿਆਂ ਦੇ ਨਾਲ

ਮੰਗ ਕੇ ਤਾਂ ਵੇਖੋ ਕਾਇਨਾਤ ਮਿਲ ਜਾਂਦੀ ਏ

ਡੁੱਬਣੇ ਦੇ ਡਰ ਤੋਂ ਨਿਜਾਤ ਮਿਲ ਜਾਂਦੀ ਏ
ਜੇ ਕਿਸ਼ਤੀ ਨੂ ਰੱਖੀਏ ਕਿਨਾਰਿਆਂ ਦੇ ਨਾਲ
ਚੰਨ ਜਦੋ ਰੁੱਸ ਜਾਂਦੈ ਤਾਰਿਆਂ ਦੇ ਨਾਲ

ਜੌਲੀ ਤੈਨੂ ਜ਼ਿੰਦਗੀ ਨਾ ਲੜਨਾ ਹੀ ਪੈਣਾ ਏ
ਜੇ ਤੁਰਨੈਂ ਤੂੰ ਸਿੱਧਾ ਪਹਿਲਾਂ ਖੜੂਨਾ ਹੀ ਪੈਣਾ ਏ
ਕਿੰਨਾ ਚਿਰ ਤੁਰੇਂਗਾ ਸਹਾਰਿਆਂ ਦੇ ਨਾਲ
ਚੰਨ ਜਦੋ ਰੁੱਸ ਜਾਂਦੈ ਤਾਰਿਆਂ ਦੇ ਨਾਲ

ਬੁੱਝ ਏਦਾ ਇਸ਼ਕੇ ਦੀ ਰਮਜ਼ ਮੈਂ ਜਾਣੀ ਸੀ
ਗੱਲਾਂ ਗੱਲਾਂ ਵਿਚ ਗੱਲ ਸਮਝ ਮੈਂ ਜਾਣੀ ਸੀ
ਦੱਸ ਦੇਂਦੀ ਮੈਨੂ ਜੇ ਇਸ਼ਾਰਿਆਂ ਦੇ ਨਾਲ
ਚੰਨ ਜਦੋ ਰੁੱਸ ਜਾਂਦੈ ਤਾਰਿਆਂ ਦੇ ਨਾਲ

ਯਾਦਾਂ ਵਿਚ ਬੈਠੀ ਏ ਗੁਆਚੀ ਤੂੰ ਕਿਉਂ ਝੱਲੀਏ
ਚੱਲ ਆਜਾ ਇਸ਼ਕੇ ਦੇ ਦੇਸ ਆਪਾਂ ਚੱਲੀਏ
ਸੋਚਾਂ ਵਾਲੀ ਪੀਂਘ ਦੇ ਹੁਲਾਰਿਆਂ ਦੇ ਨਾਲ
ਚੰਨ ਜਦੋ ਰੁੱਸ ਜਾਂਦੈ ਤਾਰਿਆਂ ਦੇ ਨਾਲ

ਦਿਲਾਂ ਦਾ ਦਿਲਾਂ ਦੇ ਨਾਲ ਕਰ ਦਵੀਂ ਸਾਕ ਤੂੰ
ਵੇਖੀਂ ਰੱਬਾ ਵੇਖੀਂ ਕਿਤੇ ਕਰੀਂ ਨਾ ਮਜ਼ਾਕ ਤੂੰ
ਜੌਲੀ ਜਹੇ ਇਸ਼ਕੇ ਦੇ ਮਾਰਿਆਂ ਦੇ ਨਾਲ
ਚੰਨ ਜਦੋ ਰੁੱਸ ਜਾਂਦੈ ਤਾਰਿਆਂ ਦੇ ਨਾਲ
ਬੜੀ ਮਾੜੀ ਹੁੰਦੀ ਏ ਵਿਚਾਰਿਆਂ ਦੇ ਨਾਲ

21. ਬੋਲਣ ਦਾ ਸਿੱਖ ਚੱਜ ਸੋਹਨਿਆ

ਬੋਲਣ ਦਾ ਸਿੱਖ ਚੱਜ ਸੋਹਨਿਆ
ਅਕਲ ਵੱਡੀ ਕੇ ਮੱਜ ਸੋਹਨਿਆ
ਮੌਤ ਨੇ ਘੇਰਾ ਪਾ ਈ ਲੈਣਾ
ਜਿੰਨਾ ਮਰਜ਼ੀ ਭੱਜ ਸੋਹਨਿਆ

ਲਬ ਲੈ ਕੋਈ ਪੱਜ ਸੋਹਨਿਆ
ਸਾਂਭ ਕੇ ਰੱਖੀਂ ਲੱਜ ਸੋਹਨਿਆ
ਮੁਰਸ਼ਦ ਤੋਂ ਨਾ ਕੁਝ ਵੀ ਲੁਕਿਆ
ਜਿੰਨਾ ਮਰਜੀ ਕੱਜ ਸੋਹਨਿਆ

22. ਤੈਨੂ ਭੇਜਿਆ ਮੈਂ ਪੁੱਤਰਾ ਵਦੇਸਾਂ ਨੂ

ਤੈਨੂ ਭੇਜਿਆ ਮੈਂ ਪੁੱਤਰਾ ਵਦੇਸਾਂ ਨੂ, ਕੇ ਕੱਟ ਕੇ ਕਲੇਸਾਂ ਨੂ,
ਪਿਓ ਦਿੰਦਾ ਏ ਤਸੱਲੀਆਂ
ਹੋਇਆ ਫੇਰ ਕੀ ਜੇ ਘਰ ਮੁੱਕੇ ਆਟੇ ਨੇ, ਕੀ ਹੋਇਆ ਲੀੜੇ ਪਾਟੇ ਨੇ,
ਗਰੀਬੀ ਖੁੰਜਾਂ ਮੱਲੀਆਂ

ਜੈਲਦਾਰਾ ਤੇਰੇ ਬਾਪ ਦੀ ਏਹ ਪਗੜੀ
ਹੁਣ ਪਹਿਲਾਂ ਜਿੰਨੀ ਰਹੀ ਨਾਂ ਏਹ ਤਗੜੀ
ਰੱਖੇ ਖੇਤ ਜਦੋਂ ਗਹਿਣੇ ਤੇਰੇ ਵੀੜੇ ਲਈ
ਓਸ ਵੇਲੇ ਮੇਰੇ ਨਾਲ ਬੜਾ ਝਗੜੀ
ਪੈਗੀ ਗਹਿਣੇ ਤੇਰੇ ਖੇਤ ਵਾਲੀ ਪਹੀ ਅਤੇ ,
ਮੋੜੇ ਦੇ ਵਾਲੀ ਕਹੀ ਤੇ ਬਲਦ ਦੀਆਂ ਟੱਲੀਆਂ
ਹੋਇਆ ਫੇਰ ਕੀ ਜੇ ਘਰ ਮੁੱਕੇ ਆਟੇ ਨੇ,
ਕੀ ਹੋਇਆ ਲੀੜੇ ਪਾਟੇ ਨੇ, ਗਰੀਬੀ ਖੁੰਜਾਂ ਮੱਲੀਆਂ
ਤੈਨੂ ਭੇਜਿਆ ਮੈਂ ....

ਕਦੇ ਕਦੇ ਫੋਨ ਪਿੰਡ ਨੂ ਤੂੰ ਲਾ ਲਵੀਂ
ਸੁੱਖ ਸਾਂਦ ਵਾਲੀ ਖਬਰ ਸੁਣਾ ਲਵੀਂ
ਰਹਿੰਦੀ ਕਰਦੀ ਫਿਕਰ ਤੇਰੀ ਅਮੜੀ
ਰੋਟੀ ਟੈਮ ਨਾਲ ਪੁੱਤਰਾ ਵੇ ਖਾ ਲਵੀਂ
ਤੇਰੀ ਸੁੱਖ ਮੰਗਦੀ ਏ ਬੁੱਢੀ ਚਮੜੀ

ਤੇ ਨਾਲੇ ਤੇਰੀ ਅਮੜੀ ਤੇ ਭੈਣਾਂ ਦੋਵੇਂ ਝੱਲੀਆਂ
ਹੋਇਆ ਫੇਰ ਕੀ ਜੇ ਘਰ ਮੁੱਕੇ ਆਟੇ ਨੇ,
ਕੀ ਹੋਇਆ ਲੀੜੇ ਪਾਟੇ ਨੇ, ਗਰੀਬੀ ਖੁੰਜਾਂ ਮੱਲੀਆਂ
ਤੈਨੂ ਭੇਜਿਆ ਮੈਂ

ਹੰਝੂ ਸੁੱਕਦੇ ਨਾ ਵੇਖੇ ਤੇਰੀ ਹੀਰ ਦੇ
ਕਿਹੜਾ ਫ਼ਰਜ਼ ਨਿਭਾਊ ਐਥੇ ਵੀਰ ਦੇ
ਤੇਰੇ ਪਿੱਛੋਂ ਨੇ ਸ਼ਰੀਕ ਅੱਖਾਂ ਕੱਢ ਦੇ
ਸਦਾ ਸੁਨੀਦੇ ਨੇ ਤਾਹਨੇ ਵੀ ਮੰਢੀਰ ਦੇ
ਏਸ ਚੰਦਰੇ ਜ਼ਮਾਨੇ ਵਾਲੇ ਡਰ ਤੋਂ,
ਨਾ ਨਿਕਲਨ ਘਰ ਤੋਂ ਵੇ ਧੀਆਂ ਐਥੇ ਕੱਲੀਆਂ
ਹੋਇਆ ਫੇਰ ਕੀ ਜੇ ਘਰ ਮੁੱਕੇ ਆਟੇ ਨੇ,
ਕੀ ਹੋਇਆ ਲੀੜੇ ਪਾਟੇ ਨੇ, ਗਰੀਬੀ ਖੁੰਜਾਂ ਮੱਲੀਆਂ
ਤੈਨੂ ਭੇਜਿਆ ਮੈਂ ....

ਖੇਤੀ ਕਰਨਾ ਤਾਂ ਕੱਲਿਆਂ ਦਾ ਕੱਮ ਨੀ
ਹੁਣ ਪਹਿਲਾਂ ਵਾਂਗ ਡਾਹਡਾ ਰਿਹਾ ਚੱਮ ਨੀ
ਰਹੀ ਉਮਰ ਮੇਰੀ ਨਾ ਕਹੀ ਵਾਹੁਣ ਦੀ
ਬੁੱਢੀ ਦੇਹੀ ਵਿਚ ਐਨਾ ਵੀ ਤਾਂ ਦੱਮ ਨੀ
ਕੋਈ ਕਰਦਾ ਨਾ ਰਾਖੀ ਤੇਰੇ ਬਾਦ ਵੇ
ਨਾ ਬੀਜਦੇ ਕਮਾਦ ਵੇ ਤੇ ਨਾਹੀ ਲੱਦੇ ਛੱਲੀਆਂ
ਹੋਇਆ ਫੇਰ ਕੀ ਜੇ ਘਰ ਮੁੱਕੇ ਆਟੇ ਨੇ,
ਕੀ ਹੋਇਆ ਲੀੜੇ ਪਾਟੇ ਨੇ, ਗਰੀਬੀ ਖੁੰਜਾਂ ਮੱਲੀਆਂ
ਤੈਨੂ ਭੇਜਿਆ ਮੈਂ ....

ਜੈਲਦਾਰਾ ਭੁੱਲੀਏ ਨਾ ਕਦੇ ਮਾਪੇ ਓਏ
ਭਾਵੇਂ ਲੱਖਾਂ ਪੈਣ ਜਾਣ ਨੂ ਸਿਆਪੇ ਓਏ
ਛੱਡ ਰੱਬ ਨੂ ਤੂੰ ਅੱਮੀ ਨੂ ਮਨਾ ਲਵੀਂ
ਅੱਗੇ ਰੱਬ ਨੂ ਮਨਾ ਲੂ ਅੱਮੀ ਆਪੇ ਓਏ
ਤੇਰੀ ਅੱਮੀ ਅਤੇ ਅੱਬੇ ਦੀਆਂ ਅੱਖਾਂ ਸੀ ,
ਕੇ ਪਿੱਛੇ ਤੇਰੇ ਲੱਖਾਂ ਸੀ ਮੁਸੀਬਤਾਂ ਹੀ ਝੱਲੀਆਂ
ਹੋਇਆ ਫੇਰ ਕੀ ਜੇ ਘਰ ਮੁੱਕੇ ਆਟੇ ਨੇ,
ਕੀ ਹੋਇਆ ਲੀੜੇ ਪਾਟੇ ਨੇ, ਗਰੀਬੀ ਖੁੰਜਾਂ ਮੱਲੀਆਂ
ਤੈਨੂ ਭੇਜਿਆ ਮੈਂ ....

23. ਕਵੀਸ਼ਰੀ

ਅੰਬ ਨਹੀ ਅੰਬਾਲੇ ਜੈਸੇ, ਨਾਲੇ ਪਟਿਆਲੇ ਜੈਸੇ,
ਤਰਕਸ਼ੀਲ ਲੋਕ ਬਰਨਾਲੇ ਬਹੁਤੇ ਲੱਭਦੇ
ਕੁੱਬਾ ਘੋੜੀ ਚੜ੍ਹਿਆ ਤੇ ਬੰਦਾ ਬਹੁਤਾ ਪੜ੍ਹਿਆ
ਤੇ ਚੋਰ ਘਰ ਵੜਿਆ ਜੀ ਪੌਦੇ ਵਿਚ ਯੱਭ ਦੇ

ਕੈਥਲ ਮਸ਼ੂਰ ਹੈ ਜੀ ਘੇਵਰ ਤੇ ਫਿਰਨੀ ਦਾ
ਬੜੇ ਮਸ਼ਹੂਰ ਕਰਨਾਲ ਦੇ ਨੇ ਭੱਲੇ ਜੀ
ਅਮਰਤਸਰ ਸੁਨੀਆਰੇ ਹੈਗੋ ਚੋਟੀ ਦੇ ਜੀ
ਬੜੇ ਮਸ਼ਹੂਰ ਨੇ ਸਰਾਫਿਆਂ ਦੇ ਛੱਲੇ ਜੀ

ਹਾਥੀ ਜਹੀ ਚਿੰਘਾੜ ਹੈ ਨੀ ਸ਼ੇਰ ਜਹੀ ਦਹਾੜ ਹੈ ਨੀ
ਚੀਤੇ ਜੈਸਾ ਤੇਜ਼ ਹੋਰ ਜਾਨਵਰ ਭੱਜੇ ਨਾ
ਚਾਪਲੂਸੀ ਕਰਦੇ ਨਾ ਚਮਚੇ ਰੱਜਣ ਕਦੀ
ਮਸਖਰੀ ਕਰਦਾ ਮਰਾਸੀ ਕਦੇ ਰੱਜੇ ਨਾ

ਆਲਸ ਮੋਟਾਪੇ ਦੇ ਨੇ ਬਣਦੇ ਮਰੀਜ਼ ਜਿਹੜੇ
ਖਾਂਦੇ ਬਹੁਤਾ ਰੱਜ ਕੇ ਤੇ ਰੋਟੀ ਬਹੁਤੀ ਚੋਪੜ ਦੇ
ਜਰਮਨੀ ਦੀ ਗੋਲੀ ਦੀ ਨਾ ਰੀਸ ਕਿਤੇ ਹੋਰ ਹੋਣੀ
ਢੁਢ ਮੀਲ ਦੂਰੋਂ ਵੱਜੇ ਪਾਰ ਹੋਜੇ ਖੋਪੜ ਦੇ

ਪੈਰਸ ਜਹੇ ਮਹਿਲ ਹੈਨੀ, ਚੀਕੇ ਜੈਸੀ ਟੈਲ ਹੈਨੀ,
ਕ੍ਰੀਮ ਤੇ ਸ੍ਮੋਕ ਜੈਸਾ ਵੈਲ ਨਾ ਕੋਈ ਚੰਦਰਾ
ਬੂਹੇ ਬਾਰੀਆਂ ਨਾ ਜਾਲੀ , ਸ਼ਨੀ ਦੀ ਮਨੌਤ ਬਾਹਲੀ,
ਪਿੰਡ ਸ਼ਨੀ ਸ਼ਿੰਗਣਾ ਦੇ ਲੌਂਦੇ ਨਹੀਂ ਜੰਦਰਾ

ਚਤਰ ਨਹੀਂ ਕਾਂ ਦੇ ਜੈਸਾ, ਭੋਲਾ ਨਹੀਂ ਕੋਈ ਗਾਂ ਦੇ ਜੈਸਾ
ਮਾਤਾ ਗੁਜਰੀ ਦੇ ਜੈਸੀ ਹੋਰ ਕੋਈ ਮਾਂ ਨਹੀਂ
ਸੁੱਖ ਨਹੀਂ ਕੋਈ ਚੁੱਪ ਜੈਸਾ ਸਿਆਲਾਂ ਵਾਲੀ ਧੁੱਪ ਜੈਸਾ,
ਨਿੰਮ ਤੇ ਧਰੇਕ ਜੈਸੀ ਸੰਘਣੀ ਕੋਈ ਛਾਂ ਨਹੀ

ਕੁਦਰਤ ਜੈਸਾ ਨਾ ਦਿਆਲ ਕੋਈ ਹੋਰ ਹੈਗਾ
ਮਤਲਬਖੋਰ ਨਾ ਕੋਈ ਹੋਰ ਇਨ੍ਸਾਨ ਜਿਆ
ਜੈਲਦਾਰ ਜੈਸਾ ਨਾ ਅਕਲਹੀਣ ਦੁਨੀਆ ਤੇ
ਸ਼ੇਰ ਨਾ ਕੋਈ ਹੋਰ ਬਾਬੂ ਰਜਬ ਅਲੀ ਖਾਨ ਜਿਆ

24. ਮੇਰਾ ਅੰਜਾਮ ਵਿਖਾਇਆ ਜਾ ਰਿਹੈ

ਮੇਰਾ ਅੰਜਾਮ ਵਿਖਾਇਆ ਜਾ ਰਿਹੈ
ਮੇਰੇ ਡਰ ਨੂ ਵਧਾਇਆ ਜਾ ਰਿਹੈ

ਦਵਾਖਾਨੇ ਦੇ ਵਿਚ ਮੈਨੂ ਬਿਠਾ ਕੇ
ਜ਼ਖਮ ਤੇ ਲੂਣ ਪਾਇਆ ਜਾ ਰਿਹੈ

ਜ਼ਮੀਨ-ਏ-ਇਸ਼ਕ ਨੂ ਬੰਜਰ ਬਣਾ ਕੇ
ਤੇ ਨਾਲੇ ਮੁਸਕੁਰਾਇਆ ਜਾ ਰਿਹੈ

ਤੂਫਾਨਾਂ ਨੂ ਦੇ ਦੇ ਕੇ ਦਾਵਤਾਂ ਜੀ
ਕੇ ਹੁਣ ਲੌ ਨੂ ਬੁਝਾਇਆ ਜਾ ਰਿਹੈ

ਮੇਰੀ ਮਹਿਫਿਲ ਚੋਂ ਅੱਜ ਮੈਨੂ ਹੀ ਕਿਓਂ
ਦੇ ਦੇ ਧੱਕੇ ਭਜਾਇਆ ਜਾ ਰਿਹੈ

ਝੂਠੇ ਜਹੇ ਸਬੂਤਾਂ ਦੀ ਬਿਨਾਹ ਤੇ
ਕਿ ਜੈਲੀ ਨੂ ਫਸਾਇਆ ਜਾ ਰਿਹੈ

25. ਮਾੜੇ ਬੋਲ ਸੁਣਕੇ ਨਾਂ ਗੁੱਸਾ ਕਰੀਏ ਕੇ ਦਿਲ ਵਿਚ ਠੰਡ ਰੱਖੀਏ ।

ਮਾੜੇ ਬੋਲ ਸੁਣਕੇ ਨਾਂ ਗੁੱਸਾ ਕਰੀਏ ਕੇ ਦਿਲ ਵਿਚ ਠੰਡ ਰੱਖੀਏ ।
ਜਿਹੜਾ ਬੰਦਾ ਪੁੱਠੇ ਰਸਤੇ ਨੂੰ ਪਾਵੇ ਕੇ ਓਹਦੇ ਵੱਲ ਕੰਡ ਰੱਖੀਏ ।
ਉਦੋਂ ਲੱਗਣ ਮੁਸੀਬਤਾਂ ਵੀ ਛੋਟੀਆਂ ਜੇ ਹੌਸਲੇ ਨੂੰ ਚੰਡ ਰੱਖੀਏ ।
ਬੰਦੇ ਬਣੀਏ, ਨਾ ਐਵੇਂ ਜੈਲਦਾਰ ਵਾਂਗ ਦਿਲ ਚ ਪਖੰਡ ਰੱਖੀਏ ।

26. ਚਲ ਦਿਲਾ ਉਠ ਖੇਤ ਚੱਲੀਏ

ਚਲ ਦਿਲਾ ਉਠ ਖੇਤ ਚੱਲੀਏ
ਐਵੇਂ ਨਾ ਕਰ ਲੇਟ ਚੱਲੀਏ
ਚਾਹ ਦਾ ਡੋਲੂ ਨਾਲ ਰੋਟੀ
ਬੁੱਕਲ ਚ ਲਵੇਟ ਚੱਲੀਏ
ਚਲ ਦਿਲਾ ਉਠ ਖੇਤ ਚੱਲੀਏ

ਪਹਿਲਾਂ ਮੱਥਾ ਟੇਕਣਾ ਏ
ਫੇਰ ਕਿਦਰੇ ਵੇਖਣਾ ਏ
ਕੌਲੀ ਭਰ ਲੈ ਆਟੇ ਦੀ ਤੇ
ਗੁਰੂ ਘਰੇ ਕਰ ਭੇਟ ਚੱਲੀਏ
ਚਲ ਦਿਲਾ ਉਠ ਖੇਤ ਚੱਲੀਏ

ਮੱਜੀਆਂ ਗਾਵਾਂ ਨੂੰ ਨਾ ਲੱਗਜੇ
ਠੰਡ ਜਾਵਾਂ ਨੂੰ ਨਾ ਲੱਗਜੇ
ਆ ਨਾ ਜਾਵੇ ਧੁੰਦ ਅੰਦਰ
ਬਾਹਰਲਾ ਢੋ ਗੋਟ ਚੱਲੀਏ
ਚਲ ਦਿਲਾ ਉਠ ਖੇਤ ਚੱਲੀਏ

ਪੁੱਤ ਮੇਰਾ ਭੰਨਦਾ ਨੀ ਡੱਕਾ
ਲੱਗ ਗਿਆ ਨਸ਼ਿਆਂ ਤੇ ਪੱਕਾ

ਖਾ ਲਿਆ ਤੇਲੇ ਨੇ ਮੱਕਾ
ਮੁੰਡਾ ਹੋ ਗਿਆ ਫੇਟ ਚੱਲੀਏ
ਚਲ ਦਿਲਾ ਉਠ ਖੇਤ ਚੱਲੀਏ

ਕੱਮ ਤਾਂ ਪਰ ਕਰਨਾ ਈ ਪੈਣਾ
ਜਿਊਣ ਲਈ ਮਰਨਾ ਈ ਪੈਣਾ
ਕੌੜਾ ਘੁੱਟ ਭਰਨਾ ਈ ਪੈਣਾ
ਪਾਲਣਾ ਹੈ ਪੇਟ ਚੱਲੀਏ
ਚਲ ਦਿਲਾ ਉਠ ਖੇਤ ਚੱਲੀਏ

ਸਸਤੇ ਨਾ ਹੁਣ ਰਹਿਗੋ ਭਈਏ
ਦਰਦ ਦਿਲ ਦਾ ਕਿਸਨੂੰ ਕਹੀਏ
ਖਾਦ ਦਾ ਵੀ 60 ਰਪਈਏ
ਵਧ ਗਿਆ ਹੈ ਰੇਟ ਚੱਲੀਏ
ਚਲ ਦਿਲਾ ਉਠ ਖੇਤ ਚੱਲੀਏ

ਖਾਦ, ਰੇਹਾਂ ਤੇ ਦਵਾਈ
ਖਾ ਗਈ ਹੈ ਪਾਈ ਪਾਈ
ਕਣਕ ਵੀ ਪਕਣੇ ਤੇ ਆਈ
ਲੰਘ ਹੈ ਚੱਲਾ ਚੇਤ ਚੱਲੀਏ
ਚਲ ਦਿਲਾ ਉਠ ਖੇਤ ਚੱਲੀਏ

ਕੁੱਕੜਾਂ ਦਿੱਤੀ ਬਾਂਗ ਜੈਲੀ
ਚੱਕ ਲਿਆ ਨਾਲੇ ਡਾਂਗ ਜੈਲੀ
ਕੇ ਅਸੀਂ ਵੀ ਵਾਂਗ ਜੈਲੀ
ਹੋ ਕੇ ਹੁਣ ਸਟਰੇਟ ਚੱਲੀਏ
ਚਲ ਦਿਲਾ ਉਠ ਖੇਤ ਚੱਲੀਏ ....

27. ਰੱਬ ਤੋਂ ਪਹਿਲਾਂ ਤੇਰਾ ਨਾਮ ਧਿਆ ਨਹੀ ਸਕਦਾ ਮੈਂ

ਰੱਬ ਤੋਂ ਪਹਿਲਾਂ ਤੇਰਾ ਨਾਮ ਧਿਆ ਨਹੀ ਸਕਦਾ ਮੈਂ
ਰੱਬ ਤੋਂ ਮੰਗਿਐ ਤੈਨੂ, ਰੱਬ ਭੁਲਾ ਨਹੀ ਸਕਦਾ ਮੈਂ

ਜੇ ਤੂੰ ਆਖੇਂ ਤੇਰੇ ਲਈ ਲੈ ਫਾਹ ਨਹੀ ਸਕਦਾ ਮੈਂ
ਕਿਸੇ ਵੀ ਹਾਲਤ ਤੈਨੂ ਮੰਨ ਖੁਦਾ ਨਹੀ ਸਕਦਾ ਮੈਂ

ਲੋਕਾਂ ਵਾਂਗਰ ਤਾਰੇ ਤੋੜ ਲਿਆ ਨਹੀ ਸਕਦਾ ਮੈਂ
ਮੂੰਹ ਛੋਟਾ ਏ ਵੱਡੀ ਗੱਲ ਸੁਣਾ ਨਹੀ ਸਕਦਾ ਮੈਂ

ਤੇਰੇ ਪਿਛੇ ਐਵੇਂ ਈ ਵਕਤ ਗਵਾ ਨਹੀ ਸਕਦਾ ਮੈਂ
ਤੇਰੀ ਹਰ ਇੱਕ ਮੰਗ ਨੂ ਅਜੇ ਵਿਆਹ ਨਹੀ ਸਕਦਾ ਮੈਂ

ਐਵੇਂ ਲੋਕੀਂ ਆਖਣ ਤੋੜ ਨਿਭਾ ਨਹੀ ਸਕਦਾ ਮੈਂ
ਇੱਕ ਵਾਰੀਂ ਜੋ ਲੈ ਲਿਆ ਦਿਲ ਪਰਤਾ ਨਹੀ ਸਕਦਾ ਮੈਂ

ਲੱਤਾਂ ਨਾਲੋ ਚਾਦਰ ਵਧ ਫੈਲਾ ਨਹੀ ਸਕਦਾ ਮੈਂ
ਹੋ ਔਕਾਤ ਤੋਂ ਬਾਹਰ, ਚੌੜ ਵਿਖਾ ਨਹੀ ਸਕਦਾ ਮੈਂ

ਸੱਚ ਨੂੰ ਝੂਠ ਤੇ ਝੂਠ ਨੂੰ ਸੱਚ ਬਣਾ ਨਹੀ ਸਕਦਾ ਮੈਂ
ਰੱਬ ਨਹੀ ਹਾਂ ਮੈਂ ਤੇਰੀ ਭੁੱਲ ਬਖਸ਼ਾ ਨਹੀ ਸਕਦਾ ਮੈਂ

ਮੈਂ ਹਾਂ ਮਾੜੇ ਘਰ ਦਾ ਮਹਿਲ ਪੁਆ ਨਹੀ ਸਕਦਾ ਮੈਂ
ਵਿੱਚ ਗਰੀਬੀ ਪਲਿਆਂ ਐਸ਼ ਕਰਾ ਨਹੀ ਸਕਦਾ ਮੈਂ

ਚਲ ਮੰਨਿਆ ਕੇ ਮਹਿੰਗੋ ਸੂਟ ਸੁਆ ਨਹੀ ਸਕਦਾ ਮੈਂ
ਪਰ ਇਹਦਾ ਨਹੀਂ ਮਤਲਬ ਕੇ ਓਹ ਪਾ ਨਹੀ ਸਕਦਾ ਮੈਂ

ਜਾਣਦਾ ਹਾਂ ਕੇ ਚੰਗਾ ਲਿਖ ਤੇ ਗਾ ਨਹੀ ਸਕਦਾ ਮੈਂ
ਪਰ ਦਿਲ ਵਾਲੀ ਗੱਲ ਨੂੰ ਕਦੇ ਲੁਕਾ ਨਹੀ ਸਕਦਾ ਮੈਂ

28. ਜ਼ਿੰਦਗੀ, ਤੇਰੇ ਜੈਸੀ ਹੋਤੀ ਹੈ

ਖ਼ੁਦਕੁਸ਼ੀ, ਮੇਰੇ ਜੈਸੀ ਹੋਤੀ ਹੈ
ਜ਼ਿੰਦਗੀ, ਤੇਰੇ ਜੈਸੀ ਹੋਤੀ ਹੈ

ਗਮਜ਼ਨੀ , ਮੇਰੇ ਜੈਸੀ ਹੋਤੀ ਹੈ
ਔਰ ਖ਼ੁਸ਼ੀ , ਤੇਰੇ ਜੈਸੀ ਹੋਤੀ ਹੈ

29. ਇਸ ਜ਼ਿੰਦਗੀ ਦੀਆਂ ਘੜੀਆਂ

ਇਸ ਜ਼ਿੰਦਗੀ ਦੀਆਂ ਘੜੀਆਂ
ਆਪਾਂ ਜੀ ਲਈਆਂ ਨੇ ਬੜੀਆਂ
ਹੁਣ ਤਾਂ ਹਾਕਾਂ ਮਾਰਨ ਮੜੀਆਂ
ਮੈਨੂ ਰੋਜ਼ ਬੁਲੌਂਦੀਆਂ ਨੇ
ਨਿੱਤ ਆਣ ਸਰਹਾਨੇ ਖੜਕੇ ਮੋਢੇਓਂ ਪਕੜ ਜਗਾਉਂਦੀਆਂ ਨੇ

ਕੁਝ ਗੱਡੀ ਵਿਚ ਚੜੀਆਂ, ਕੁਝ
ਟੇਸ਼ਨ ਤੇ ਰਹੀ ਗਈਆਂ ਖੜੀਆਂ
ਕੁਝ ਧੱਕੋਧਿੱਕੀ ਵੜੀਆਂ
ਸੀਟਾਂ ਮੱਲੀ ਜਾਂਦੀਆਂ ਨੇ
ਸਫਰ ਹਯਾਤੀ ਲੰਮਾ ਏ ਪਰ ਚੱਲੀ ਜਾਂਦੀਆਂ ਨੇ

ਦਿਲ ਦੀਆਂ ਟੁੱਟੀਆਂ ਕੜੀਆਂ
ਸਧਰਾਂ ਮੇਰੇ ਨਾਲ ਨੇ ਲੜੀਆਂ
ਦਿਲ ਤੇ ਮੇਖਾਂ ਵਾਂਗਰ ਜੜੀਆਂ
ਯਾਦਾਂ ਨਿੱਤ ਹੀ ਚੁਭਦੀਆਂ ਨੇ
ਜਿਓ ਜਿਓ ਧੜਕੇ ਦਿਲ ਇਹ ਤਿਓ ਤਿਓ ਹੋਰ ਵੀ ਖੁਭਦੀਆਂ ਨੇ

ਪੀੜਾਂ ਦਿਲ ਵਿਚ ਬੜੀਆਂ
ਪੀੜਾਂ ਪਲਕਾਂ ਦੇ ਨਾਲ ਫੜੀਆਂ

ਫੜਦੇ ਫੜਦੇ ਅੱਖਾਂ ਸੜੀਆਂ
ਤੇ ਕੁਝ ਨਜ਼ਰੀਂ ਔਂਦਾ ਨਹੀਂ
ਉਮਰਾਂ ਦਾ ਦਿਲ ਰੋਵੇ ਕੋਈ ਆਣ ਵਰੌਂਦਾ ਨਹੀਂ

ਅਰਮਾਨਾਂ ਨੂੰ ਤੜੀਆਂ,
ਲੱਗੀਆਂ ਆਸਾਂ ਨੂੰ ਹਥਕੜੀਆਂ,
ਲਗੀਆਂ ਨੈਣਾਂ ਦੇ ਵਿਚ ਝੜੀਆਂ
ਬਸ ਹੜ੍ਹ ਆਵਣ ਵਾਲਾ ਏ
ਰੂਹ ਦਾ ਕੋਠਾ ਕੱਚਾ ਹੈ ਰੁੜ੍ਹ ਜਾਵਣ ਵਾਲਾ ਏ

ਮੇਰੀਆਂ ਕਲਮਾਂ ਘੜੀਆਂ
ਸਾਰੀਆਂ ਰਹੀ ਗਈਆਂ ਨੇ ਛੜੀਆਂ
ਨਜ਼ਮਾਂ ਪੱਤਿਆਂ ਵਾਂਗਰ ਝੜੀਆਂ
ਲੋਗ ਲਤਾੜੀ ਜਾਂਦੇ ਨੇ
ਜੈਲੀ ਲਿਖਦਾ ਜਾਂਦੈ ਲੋਕੀਂ ਪਾੜੀ ਜਾਂਦੇ ਨੇ

30. ਤੈਨੂੰ ਕਿਵੇਂ ਬਣਾਵਾਂ ਰਾਣੀ ਮੇਰੇ ਗੀਤਾਂ ਦੀ

ਤੈਨੂੰ ਕਿਵੇਂ ਬਣਾਵਾਂ ਰਾਣੀ ਮੇਰੇ ਗੀਤਾਂ ਦੀ
ਕੇ ਹਾਲੇ ਉਮਰ ਨਿਆਣੀ ਮੇਰੇ ਗੀਤਾਂ ਦੀ

ਕਿੰਜ ਗੁੰਝਲ ਤੇਰੀ ਜ਼ੁਲਫ਼ ਦੀ ਮੈਂ ਸੁਲਝਾਵਾਂਗਾ
ਅਜੇ ਉਲਝੀ ਪਈ ਏ ਤਾਣੀ ਮੇਰੇ ਗੀਤਾਂ ਦੀ

ਉਸ ਨਾਸਮਝ ਨੂ ਥੱਕ ਗਿਆ ਮੈਂ ਸਮਝਾ ਕਰ ਕੇ
ਨਾ ਸਮਝੇ ਗੱਲ ਸਿਆਣੀ ਮੇਰੇ ਗੀਤਾਂ ਦੀ

ਵੇਖ ਕੇ ਤੈਨੂ ਸੰਗ ਨਾਲ ਹੀ ਮਾਰ ਜਾਵਣ ਨਾ
ਜਾ ਮੈਂ ਨਹੀ ਸ਼ਕਲ ਵਿਖਾਣੀ ਮੇਰੇ ਗੀਤਾਂ ਦੀ

ਅੱਧੀ ਰਾਤੀਂ ਉਠ ਉਠ ਰੋਵਨ ਲੱਗ ਜਾਂਦੇ
ਕੀ ਦੱਸਾਂ ਦਰਦ ਕਹਾਣੀ ਮੇਰੇ ਗੀਤਾਂ ਦੀ

ਜ਼ਿਹਨ ਓਹਦੇ ਵਿਚ ਉੱਜ ਤਾਂ ਚੌਵੀ ਘੰਟੇ ਹੀ
ਰਹਿੰਦੀ ਔਣੀ ਜਾਣੀ ਮੇਰੇ ਗੀਤਾਂ ਦੀ

ਬੇਮਤਲਬ ਦੀ ਗੱਲ, ਗੱਲ ਏਧਰ ਉਧਰ ਦੀ
ਪਾਣੀ ਵਿੱਚ ਮਧਾਣੀ ਮੇਰੇ ਗੀਤਾਂ ਦੀ

ਗੀਤ ਮੇਰੇ ਹੁਣ ਪਹਿਲਾਂ ਵਰਗੇ ਰਹੇ ਨਹੀ
ਕੱਲ ਕਹਿੰਦੀ ਗ਼ਜ਼ਲ ਜਠਾਣੀ ਮੇਰੇ ਗੀਤਾਂ ਦੀ

ਕੋਈ "ਤਰਲੋਕ" ਦੇ ਜੈਸਾ ਮੁੜ ਕੇ ਆ ਜਾਵੇ
ਜਿਸ ਨੇ ਕਦਰ ਪਛਾਣੀ ਮੇਰੇ ਗੀਤਾਂ ਦੀ

ਪਰ ਜਿਸ ਦਿਨ ਦਾ ਜੈਲੀ ਨੂੰ ਪੜ੍ਹ ਬੈਠੀ ਹੈ
ਫੈਨ ਕੋਈ ਮਰਜਾਣੀ ਮੇਰੇ ਗੀਤਾਂ ਦੀ

31. ਕੇ ਛੱਡ ਦੇ ਡਰਾਮੇਬਾਜ਼ੀਆਂ

ਕੇ ਛੱਡ ਦੇ ਡਰਾਮੇਬਾਜ਼ੀਆਂ
ਤੇਰੀ ਜਿਵੇਂ ਗੱਡੀ ਚੱਲਦੀ ਚਲਾਈ ਜਾ
ਜੀ ਕਿਹੜਾ ਰੱਬ ਵੇਖਦੇ ਪਿਐ
ਨੀਵੇਂ ਦੱਬੀ ਜਾ ਤੇ ਉੱਚੇ ਨੂ ਸਲਾਹੀ ਜਾ

ਗੱਲਾਂ ਗੱਲਾਂ ਚ ਪਹਾੜ ਦਿੰਦੈ ਤੋੜ ਤੂੰ
ਦਵੇ ਸਾਗਰਾਂ ਦੇ ਪਾਣੀ ਨੂੰ ਵੀ ਮੋੜ ਤੂੰ
ਕਿਹੜਾ ਦੱਸ ਮੁੱਲ ਲੱਗਦੈ
ਕਿਲੇ ਹਵਾ ਵਿਚ ਸੋਹਣਿਆ ਬਣਾਈ ਜਾ
ਜੀ ਕਿਹੜਾ ਰੱਬ ਵੇਖਦੇ ਪਿਐ
ਨੀਵੇਂ ਦੱਬੀ ਜਾ ਤੇ ਉੱਚੇ ਨੂ ਸਲਾਹੀ ਜਾ

ਏਹੀ ਮੁੱਢ ਤੋਂ ਹੈ ਰਿਹਾ ਦਸਤੂਰ ਜੀ
ਸਦਾ ਹੁੰਦਾ ਏ ਗਰੀਬਾਂ ਦਾ ਕਸੂਰ ਜੀ
ਵਕੀਲ ਤੇਰੇ ਜੱਜ ਵੀ ਤੇਰੇ
ਹੱਕ ਅੱਪਣੇ ਚ ਫੈਸਲੇ ਸੁਣਾਈ ਜਾ
ਜੀ ਕਿਹੜਾ ਰੱਬ ਵੇਖਦੇ ਪਿਐ
ਨੀਵੇਂ ਦੱਬੀ ਜਾ ਤੇ ਉੱਚੇ ਨੂ ਸਲਾਹੀ ਜਾ

ਕਾਹਤੋਂ ਖੋਹਣਾ ਏ ਗਰੀਬੋਂ ਮੂਹੋਂ ਰੋਟੀਆਂ

ਖਾਈ ਜਾਨਾ ਏ ਤੂੰ ਕਰ ਕਰ ਬੋਟੀਆਂ
ਤੇਰਾ ਨੀ ਤਾਹਵੀਂ ਰੱਜ ਬਨਣਾ
ਸਾਥੋਂ ਖੋਹੀ ਜਾ ਤੇ ਹੋਰਾਂ ਨੂ ਖਵਾਈ ਜਾ
ਜੀ ਕਿਹੜਾ ਰੱਬ ਵੇਖਦੇ ਪਿਐ
ਨੀਵੇਂ ਦੱਬੀ ਜਾ ਤੇ ਉੱਚੇ ਨੂ ਸਲਾਹੀ ਜਾ

32. ਜਦੋਂ ਰੱਬ ਅਕਲ ਵੰਡੀ ਸੀ

ਜਦੋਂ ਰੱਬ ਅਕਲ ਵੰਡੀ ਸੀ
ਉਦੋਂ ਮੈਂ ਦਾਣਾ ਮੰਡੀ ਸੀ

ਜਦੋਂ ਰੱਬ ਵਾਜ ਮਾਰੀ ਸੀ
ਕੇ ਮੈਂ ਗੁੱਡਦਾ ਕਿਆਰੀ ਸੀ

ਜਦੋਂ ਰੱਬ ਖੈਰ ਪੱਾਦਾ ਸੀ
ਉਦੋਂ ਮੈਂ ਸਿਰ ਨਹੌਂਦਾ ਸੀ

ਜਦੋਂ ਰੱਬ ਫੇਰ ਸੱਦਿਆ ਸੀ
ਉਦੋਂ ਮੈਂ ਨਰਮਾ ਲੱਦਿਆ ਸੀ

ਜਦੋਂ ਰੱਬ ਬੰਦਾ ਘੱਲਿਆ ਸੀ
ਉਦੋਂ ਮੈਂ ਖੇਤ ਚੱਲਿਆ ਸੀ

ਰੱਬ ਕਹਿੰਦਾ , ਕੇ ਹੁਣ ਤਾ ਆ
ਕੇ ਰੋਟੀ ਖਾ ਲਵਾਂ, ਖੜ ਜਾ !

ਅਕਲ ਬਸ ਮੁੱਕ ਚੱਲੀ ਸੀ
ਮੇਰੇ ਮੋਢੇ ਤੇ ਪੱਲੀ ਸੀ

ਕੇ ਰੱਬ ਵੀ ਅੱਕ ਚੱਲਿਆ ਸੀ
ਤੇ ਜੈਲੀ ਥੱਕ ਚੱਲਿਆ ਸੀ

ਜਦੋਂ ਰੱਬ ਹੱਥ ਰਿਹਾ ਨਾ ਕੱਖ
ਮੈਂ ਕਿਹਾ ਲਿਆ ਅਕਲ ਐਥੇ ਰੱਖ

ਤੇ ਰੱਬ ਕਹਿੰਦਾ ਅਕਲ ਹੈ ਨੀ
ਤੂੰ ਵਸਤੂ ਹੋਰ ਕੋਈ ਲੈ ਲੀਂ

ਕੇ ਜੱਟ ਕਹਿੰਦਾ ਅਕਲ ਨਾ ਦੇ
ਕੇ ਮੈਨੂੰ ਤੂੰ ਅਕਲ ਬਦਲੇ

ਦੋ ਲੱਕੜਾਂ ਚੁੱਲ੍ਹੇ ਬਾਲਨ ਨੂੰ
ਦੋ ਰੋਟੀ ਢਿੱਡ ਪਾਲਣ ਨੂੰ
ਦੋ ਹਿੰਮਤਾਂ ਘਰ ਸੰਭਾਲਣ ਨੂੰ

ਕੇ ਦੇ ਪੰਜ ਬਾਣੀਆਂ ਦਾ ਸੁਖ
ਤੇ ਦੇ ਪੰਜ ਪਾਣੀਆਂ ਦਾ ਸੁਖ
ਕੇ ਦੇ ਦੇ ਹਾਣੀਆਂ ਦਾ ਸੁਖ
ਨਾ ਦੇ ਭਾਵੇਂ ਰਾਣੀਆਂ ਦਾ ਸੁਖ

ਕੇ ਇੱਕ ਪਰਵਾਰ ਤੂੰ ਦੇ ਦੇ
ਤੇ ਪਰਉਪਕਾਰ ਤੂੰ ਦੇ ਦੇ
ਕੇ ਦੇ ਬੀਘੇ ਜ਼ਮੀਨਾਂ ਦੇ
ਤੇ ਡੰਗਰ ਚਾਰ ਤੂੰ ਦੇ ਦੇ

ਕੇ ਫਸਲਾਂ ਰਹਿਣ ਇਹ ਹਰੀਆਂ
ਸਦਾ ਹੀ ਝੋਲੀਆਂ ਭਰੀਆਂ
ਕੇ ਜਾਵਣ ਔਕੜਾਂ ਜਰੀਆਂ
ਉਮੀਦਾਂ ਦੇ ਦਵੀਂ ਖਰੀਆਂ

ਦਵੀਂ ਦਸਤਾਰ ਤੂੰ ਸਿਰ ਤੇ
ਰਹੀਂ ਦਾਤਾਰ ਤੂੰ ਸਿਰ ਤੇ

ਰਖੀਂ ਤੂੰ ਮਿਹਰ ਜੱਟਾਂ ਤੇ
ਉਮਰ ਕੱਢ ਦੇਣ ਵੱਟਾਂ ਤੇ

33. ਆਸਾਂ ਵਾਲੇ ਵਿਹੜੇ ਹਾਲੇ ਸੌੜੇ ਨੇ

ਆਸਾਂ ਵਾਲੇ ਵਿਹੜੇ ਹਾਲੇ ਸੌੜੇ ਨੇ
ਦਿੱਕਤਾਂ ਵਾਲੇ ਟੋਏ ਖਾਸੇ ਚੌੜੇ ਨੇ
ਸਮਾਂ ਔਣ ਤੋ ਪਹਿਲਾਂ ਲੋਕਾਂ ਤੋੜੇ ਨੇ
ਅਧਪਕੇ ਜਹੇ ਫਲ ਨੇ ਹਾਲੇ ਕੌੜੇ ਨੇ

ਰਾਹਾਂ ਵਿਚ ਫਿਲਹਾਲ ਬੜੇ ਹੀ ਰੋੜੇ ਨੇ
ਚੱਲਣ ਵਾਲੇ ਨਾਲ ਵੀ ਹਾਲੇ ਥੋੜੇ ਨੇ
ਹੌਸਲੇ ਇੱਕ ਇੱਕ ਕਰਕੇ ਆਪਾਂ ਜੋੜੇ ਨੇ
ਮੁਸ਼ਕਿਲ ਨਾਲ ਹਨੇਰੀਆਂ ਦੇ ਮੂਹ ਮੋੜੇ ਨੇ

34. ਸਮਝਦਾਰ ਨੂੰ ਇੱਕ ਇਸ਼ਾਰਾ ਕਾਫੀ ਹੁੰਦਾ ਏ

ਜ਼ਿੰਦਗੀ ਦੇ ਲਈ ਇੱਕ ਪਿਆਰਾ ਕਾਫੀ ਹੁੰਦਾ ਏ
ਸਮਝਦਾਰ ਨੂੰ ਇੱਕ ਇਸ਼ਾਰਾ ਕਾਫੀ ਹੁੰਦਾ ਏ

ਵਾਰੀ ਵਾਰੀ ਚੁੱਕੀਏ ਰਸਤਾ ਕੱਟ ਹੀ ਜਾਂਦਾ ਏ
ਬੋਝ ਇਸ਼ਕ ਦਾ ਉਂਜ ਤੇ ਕਾਫੀ ਭਾਰਾ ਹੁੰਦਾ ਏ

ਇਸ਼ਕ ਹੀ ਖਾਨਾਂ, ਇਸ਼ਕ ਹੀ ਪੀਨਾ, ਇਸ਼ਕ ਹੀ ਹੋ ਚੱਲਿਆਂ
ਕੀ ਦੱਸਾਂ ਤੈਨੂ ਮੇਰਾ ਕਿੰਜ ਗੁਜ਼ਾਰਾ ਹੁੰਦਾ ਏ

ਖਾਣ ਨੂੰ ਟੁੱਕਰ ਮੌਲਾ ਸਭ ਨੂੰ ਦੇ ਹੀ ਦਿੰਦਾ ਏ
ਇਸ ਧਰਤੀ ਤੇ ਦੱਸੋ ਕੌਣ ਵਿਚਾਰਾ ਹੁੰਦਾ ਏ

ਜੌਲੀ ਤੇਰੀ ਖੈਰ ਸੋਹਣੀਏ ਮੰਗਦਾ ਹੁੰਦਾ ਏ
ਟੁੱਟਦਾ ਜਦ ਕਿਦਰੇ ਵੀ ਕੋਈ ਤਾਰਾ ਹੁੰਦਾ ਏ

35. ਵਿਰਸੇ ਦੀ ਮੇਰੇ ਤੋਂ ਕਿਤਾਬ ਖੋਹ ਕੇ ਲੈ ਗਿਆ

ਵਿਰਸੇ ਦੀ ਮੇਰੇ ਤੋਂ ਕਿਤਾਬ ਖੋਹ ਕੇ ਲੈ ਗਿਆ
ਤੂੰਬੀ ਖੋਹ ਕੇ ਲੈ ਗਿਆ ਰਬਾਬ ਖੋਹ ਕੇ ਲੈ ਗਿਆ

ਪੰਜਾਂ ਪਾਣੀਆਂ ਦਾ ਅੱਧਾ ਆਬ ਖੋਹ ਕੇ ਲੈ ਗਿਆ
ਜੇਹਲਮ ਤੇ ਰਾਵੀ ਤੇ ਚਨਾਬ ਖੋਹ ਕੇ ਲੈ ਗਿਆ

ਇੰਡੀਆ ਦੇ ਨਕਸ਼ੇ ਤੇ ਤਾਜ ਵਾਂਗ ਸਜਿਆ ਸੀ
ਕੋਹਿਨੂਰ ਹੀਰਾ ਜੋ ਨਾਯਾਬ ਖੋਹ ਕੇ ਲੈ ਗਿਆ

ਹੌਲੀ ਹੌਲੀ ਹੌਲੀ ਜੀ ਜਨਾਬ ਖੋਹ ਕੇ ਲੈ ਗਿਆ
ਸੋਨੇ ਵਾਲੀ ਚਿੜੀ ਦਾ ਖਿਤਾਬ ਖੋਹ ਕੇ ਲੈ ਗਿਆ

ਸਾਡੇਆਂ ਹੀ ਨੈਣਾਂ ਚੋਂ ਖੁਆਬ ਖੋਹ ਕੇ ਲੈ ਗਿਆ
ਕੋਈ ਸਾਥੋਂ ਸਾਡਾ ਹੀ ਪੰਜਾਬ ਖੋਹ ਕੇ ਲੈ ਗਿਆ

ਕੰਡਿਆਲੀ ਥੋਰ ਅਤੇ ਲੂਣਾ ਦੀ ਨਾ ਗੱਲ ਹੋਵੇ
ਸ਼ਿਵ ਦੇਆਂ ਗੀਤਾਂ ਦਾ ਸ਼ਬਾਬ ਖੋਹ ਕੇ ਲੈ ਗਿਆ

ਪਿਆਰ ਸਤਿਕਾਰ ਤੇ ਹਲੀਮੀ ਕਿਤੇ ਦਿੱਸਦੀ ਨਾਂ

ਫਤਿਹ ਖੋਹ ਕੇ ਲੈ ਗਿਆ ਆਦਾਬ ਖੋਹ ਕੇ ਲੈ ਗਿਆ

ਝੂਠ ਮੂਠ ਹੱਸਦੇ ਸੀ ਐਵੇਂ ਲੋਕਾਂ ਸਾਹਮਣੇ
ਸਾਡੇ ਚਿਹਰੇ ਉਤਲਾ ਨਕਾਬ ਖੋਹ ਕੇ ਲੈ ਗਿਆ

ਆਈ ਨਾ ਫੇ ਹਾਸੀ ਕੇਰਾਂ ਲੰਘੀ ਜੋ ਚੁਰਾਸੀ
ਕਿੰਨੀਆਂ ਹੀ ਲਾਸ਼ਾਂ ਦਾ ਹਿਸਾਬ ਖੋਹ ਕੇ ਲੈ ਗਿਆ

ਇੱਕ ਇੱਕ ਕਰ ਸਾਰੇ ਰੰਗ ਹੀ ਗੁਆਚ ਗਏ
ਸਾਡੇਆਂ ਹੀ ਬਾਗਾਂ ਚੋਂ ਗੁਲਾਬ ਖੋਹ ਕੇ ਲੈ ਗਿਆ

ਜੈਲਦਾਰਾ ਸਮੇਂ ਅੱਗੇ ਚੱਲਦੀ ਨਾ ਕਿਸੇ ਦੀ
ਸੂਰਵੀਰ ਯੋਧੇ ਤੇ ਨਵਾਬ ਖੋਹ ਕੇ ਲੈ ਗਿਆ

36. ਕੁਝ ਇਨਸਾਨ ਹਵਾਵਾਂ ਵਰਗੇ ਹੁੰਦੇ ਨੇ

ਕੁਝ ਇਨਸਾਨ ਹਵਾਵਾਂ ਵਰਗੇ ਹੁੰਦੇ ਨੇ
ਸੰਘਣੇ ਰੁੱਖ ਦੀਆਂ ਛਾਵਾਂ ਵਰਗੇ ਹੁੰਦੇ ਨੇ

ਅਨਪੜ੍ਹਿਆਂ ਲਈ ਹੁੰਦੇ ਨੇ ਓ ਗਿਆਨ ਜਹੇ
ਭਟਕਦੇਆਂ ਲਈ ਰਾਹਵਾਂ ਵਰਗੇ ਹੁੰਦੇ ਨੇ

ਸੱਚੇ ਸੁੱਚੇ ਪਾਕ ਖੁਦਾ ਦੇ ਵਾਂਗਰ ਜੋ
ਕੁਝ ਕੁ ਰਿਸ਼ਤੇ ਮਾਵਾਂ ਵਰਗੇ ਹੁੰਦੇ ਨੇ

ਮੇਰੇ ਦੁੱਖ ਨੂ ਆਪਣਾ ਦੁੱਖ ਜੋ ਮੰਨਦੇ ਨੇ
ਕੁਝ ਹੀ ਸਾਕ ਭਰਾਵਾਂ ਵਰਗੇ ਹੁੰਦੇ ਨੇ

ਲੋੜ ਪੈਣ ਤੇ ਬਿਨਾ ਬੁਲਾਏ ਹਾਜ਼ਰ ਜੀ
ਯਾਰ ਜੋ ਸੱਜੀਆਂ ਬਾਹਵਾਂ ਵਰਗੇ ਹੁੰਦੇ ਨੇ

ਮਤਲਬਖੋਰੀ ਜਿਸ ਰਿਸ਼ਤੇ ਵਿਚ ਹੁੰਦੀ ਨਹੀ
ਕੁਝ ਓ ਰਿਸ਼ਤੇ ਗਾਵਾਂ ਵਰਗੇ ਹੁੰਦੇ ਨੇ

ਗਲਤ ਜੋ ਰਸਤੇ ਚਲਣੋ ਸਦਾ ਬਚੌਦੇ ਨੇ

ਕੁਝ ਇੱਕ ਯਾਰ ਦਿਸ਼ਾਵਾਂ ਵਰਗੇ ਹੁੰਦੇ ਨੇ

ਜਿੰਨਾ ਮਰਜ਼ੀ ਸਮਝੋ ਸਮਝ ਜਹੀ ਔਂਦੀ ਨਹੀ
ਕੁਝ ਇਨ੍ਸਾਨ ਭਾਸ਼ਾਵਾਂ ਵਰਗੇ ਹੁੰਦੇ ਨੇ

ਕਹਿਣ ਨੂ ਸੱਕੇ ਅੰਦਰੋਂ ਧੋਖੇਬਾਜ਼ ਜਹੇ
ਕੁਝ ਤਾਂ ਸਿਰਫ ਸਲਾਹਾਂ ਵਰਗੇ ਹੁੰਦੇ ਨੇ

ਚੰਗੀ ਮਾੜੀ ਦੇ ਵਿਚ ਰਹਿੰਦੇ ਨਾਲ ਸਦਾ
ਕੁਝ ਸੱਜਣ ਤਾਂ ਸਾਹਵਾਂ ਵਰਗੇ ਹੁੰਦੇ ਨੇ

ਜਿਸਮ ਕੀ ; ਰੂਹ ਵੀ ਨੇਚਣ ਤੱਕ ਜੋ ਪੁੱਜ ਜਾਂਦੇ
ਕੁਝ ਗਿਰਜਾਂ ਕੁਝ ਕਾਵਾਂ ਵਰਗੇ ਹੁੰਦੇ ਨੇ

37. ਹੱਥ ਨਾਂ ਲਾ , ਪਛਤਾਏਂਗਾ ਵੀ

ਹੱਥ ਨਾਂ ਲਾ , ਪਛਤਾਏਂਗਾ ਵੀ
ਜੇ ਮਾਰੋਗਾ , ਖਾਏਂਗਾ ਵੀ

ਮੌਤ ਤੋਂ ਕਾਹਤੋਂ ਡਰਦਾ ਰਹਿਨੈਂ
ਜੇ ਆਇਐ ਸੈ ਜਾਏਂਗਾ ਵੀ

ਦਿਲ ਦੀ ਗੱਲ ਤੇ ਦੱਸ ਦੇਵੇਂਗਾ
ਪਰ ਜਾਣਦਾ ਹਾਂ ਸ਼ਰਮਾਏਂਗਾ ਵੀ

ਹੁਣ ਤਾਂ ਕਹਿਨੈਂ ਲਾ ਲੈ ਯਾਰੀ
ਜੇ ਲਾ ਲਈ ਨਿਭਾਏਂਗਾ ਵੀ ?

ਕਹਿਨੈਂ ਤਾਰੇ ਤੋੜ ਲਿਆਵਾਂ
ਜੇ ਮੈਂ ਕਹਾਂ ਲਿਆਏਂਗਾ ਵੀ ?

ਕਹਿਨੈਂ ਦਿਲ ਤੇ ਨਾਂ ਲਿਖਿਆ ਏ
ਜੇ ਮੈਂ ਕਹਾਂ ਵਿਖਾਏਂਗਾ ਵੀ ?

ਹੱਸਦਿਆਂ ਦੇ ਨਾਲ ਹੱਸ ਤਾ ਲੈਂ
ਜੇ ਰੁੱਸ ਗਏ, ਮਨਾਏਂਗਾ ਵੀ ?

ਰੇਤ ਦੇ ਮਹਿਲ ਬਣਾਈ ਜਾਨੈ
ਮੈਨੂ ਲੱਗਦੈ ਢਾਏਂਗਾ ਵੀ

ਜਿਸਮ ਤੇ ਲੱਖਾਂ ਜ਼ਖਮ ਨੇ ਹੋਏ
ਗੱਲ ਕੀ ਹੋਈ ਸੁਨਾਏਂਗਾ ਵੀ ?

ਬਿਨ ਮਤਲਬ ਦਾ ਲਿਖਦਾ ਰਹਿਨੈਂ
ਲਿਖ ਤਾਂ ਲੈਨੇਂ, ਗਾਏਂਗਾ ਵੀ ? ..

38. ਨਾਲ ਕਿਓਂ ਮੇਰੇ ਚੱਲਦਾ ਨਹੀਂ

ਨਾਲ ਕਿਓਂ ਮੇਰੇ ਚੱਲਦਾ ਨਹੀਂ
ਕੀ ਤੂੰ ਮੇਰੇ ਵੱਲ ਦਾ ਨਹੀਂ ?

ਖੁਦ ਨੂੰ ਸੂਰਜ ਮੰਨਦਾ ਐਂ
ਸੂਰਜ ਕਿਹੜਾ ਢਲਦਾ ਨਹੀਂ

ਜਾਨਵਰਾਂ ਜਹੀ ਹਰਕਤ ਕਰਦੈਂ
ਤੂੰ ਬੰਦਿਆਂ ਨਾਲ ਰਲਦਾ ਨਹੀਂ

ਬੰਦਿਆਂ ਵਾਲੀ ਗੱਲ ਕਰੇ ਨਾਂ
ਓਹ ਬੰਦਾ ਕਿਸੇ ਗੱਲ ਦਾ ਨਹੀਂ

ਝੂਠ ਦਾ ਸੌਦਾ ਫਲ ਦੇ ਦਿੰਦੈ
ਪਰ ਸੱਚ ਪੁੱਛੇ ਫਲਦਾ ਨਹੀਂ

ਓਮਰਾਂ ਦੀ ਗੱਲ ਆਖੀ ਜਾਨੈ
ਯਾਰ ਭਰੋਸਾ ਪਲ ਦਾ ਨਹੀਂ

ਰੱਬ ਅੱਗੇ ਹੱਥ ਜੋੜ ਲਵੇ ਜੋ
ਓਹ ਮਗਰੋਂ ਹੱਥ ਮਲਦਾ ਨਹੀਂ

ਕਾਲ ਨੇ ਜੇਕਰ ਔਣਾ ਹੋਵੇ
ਆ ਕੇ ਹਟਦੈ ਟਲਦਾ ਨਹੀਂ

ਪਰਗਟ ਦਾ ਦਿਲ ਪੱਥਰ ਦਾ ਹੈ
ਪਿਘਲ ਤਾਂ ਜਾਂਦੈ ਗਲਦਾ ਨਹੀਂ

39. ਕੰਮ ਤੋਂ ਸਿੱਧਾ ਘਰ ਜਾਨਾਂ ਵਾਂ

ਕੰਮ ਤੋਂ ਸਿੱਧਾ ਘਰ ਜਾਨਾਂ ਵਾਂ
ਮਿਲੇ ਨਾ ਕੰਮ ਤੇ ਡਰ ਜਾਨਾਂ ਵਾਂ

ਲੋਕਾਂ ਕਖੋ ਹੌਲਾ ਕੀਤਾ
ਹੌਲਾ ਹਾਂ ਨਾ, ਤਰ ਜਾਨਾਂ ਵਾਂ

ਜੇ ਨਾ ਰੋਟੀ ਮਿਲੇ ਕਿਸੇ ਦਿਨ
ਭਾਣਾ ਮੰਨ ਕੇ ਜਰ ਜਾਨਾਂ ਵਾਂ

ਜਦ ਮਜ਼ਲੂਮ ਦੀ ਪੱਤ ਰੁਲਦੀ ਏ
ਜਿਓਂਦੇ ਜੀ ਹੀ ਮਰ ਜਾਨਾਂ ਵਾਂ

ਇਸ਼ਕ ਦਾ ਪੈਂਡਾ , ਟੇਡਾ , ਔਖਾ
ਮੁਸ਼ਕਿਲ ਤਾਂ ਹੈ ਪਰ , ਜਾਨਾਂ ਵਾਂ

ਆਪਣੇ ਹੱਥਾਂ ਨਾਲ ਕਿਓਂ ਖਬਰੇ
ਕੁਤਰੀ ਆਪਣੇ ਪਰ ਜਾਨਾਂ ਵਾਂ

ਜਦ ਕੋਈ ਖਾਲੀ ਵਰਕਾ ਮਿਲਦੈ

ਅੱਲਾਹ ਲਿਖਕੇ ਭਰ ਜਾਨਾਂ ਵਾਂ

ਲੋਕੀਂ ਮਾਰਨ ਧੱਕੇ ਮੈਨੂੰ
ਤਾਹੀਂ ਤੇਰੇ ਦਰ ਜਾਨਾਂ ਵਾਂ

ਜੈਲਦਾਰ ਦਾ ਨਾਮ ਨਾ ਭੁੱਲੇ
ਕੱਮ ਕੋਈ ਐਸਾ ਕਰ ਜਾਨਾਂ ਵਾਂ

40. ਮਾਂ ਮੇਰੀ ਮਰ ਗਈ ਸਰਫੇ ਕਰਦੀ , ਬਾਪੂ ਕਰਦਾ ਖੇਤੀ

ਪੱਕਣੋਂ ਪਹਿਲਾਂ ਵੱਡ ਲਈ ਰੱਬ ਨੇ ਸਾਡੀ ਫਸਲ ਪਝੇਤੀ
ਮਾਂ ਮੇਰੀ ਮਰ ਗਈ ਸਰਫੇ ਕਰਦੀ , ਬਾਪੂ ਕਰਦਾ ਖੇਤੀ

ਇੱਕ ਦਿਨ ਸੀਰੀ ਖੇਤੋਂ ਭੱਜਦਾ, ਹੰਬਦਾ, ਰੋਂਦਾ ਆਇਆ
ਕਹਿੰਦਾ ਬਾਪੂ ਡਿੱਗ ਪਿਆ ਸੀ ਝੱਟ ਸ਼ਹਿਰ ਨੂ ਲੈ ਗਿਆ ਤਾਇਆ
ਡਾਕਟਰ ਕਹਿੰਦਾ ਟੈਕ ਹੋਇਆ ਦਸ ਲੱਖ ਲਿਆਓ ਛੇਤੀ
ਮਾਂ ਮੇਰੀ ਮਰ ਗਈ ਸਰਫੇ ਕਰਦੀ , ਬਾਪੂ ਕਰਦਾ ਖੇਤੀ

ਮੂਹ ਚੱਕ ਚੱਕ ਕੇ ਵੇਹੰਦੇ ਡੰਗਰ ਹਰਾ ਖਵਾਉ ਕਿਹੜਾ
ਵੱਸਦੇ ਘਰ ਚੋ ਬਾਪ ਨਾਂ ਜਾਵੇ ਖਾਣ ਨੂੰ ਪੈਂਦਾ ਵਿਹੜਾ
ਵੇਖ ਲਾਸ਼ ਵੱਲ ਰੋਂਦੇ ਪਏ ਸਨ ਇੱਕ ਕਹੀ ਇੱਕ ਰੇਤੀ
ਮਾਂ ਮੇਰੀ ਮਰ ਗਈ ਸਰਫੇ ਕਰਦੀ , ਬਾਪੂ ਕਰਦਾ ਖੇਤੀ

ਬਿਨ ਰਾਖੀ ਤੋ ਫਸਲ ਨਹੀਂ ਬਿਨ ਫਸਲੋ ਕਾਹਦੇ ਜੱਟ ਹਾਂ
ਘਰ ਵਿੱਚ ਖਾਨ ਨੂ ਦਾਣੇ ਹੈਨੀ ਫਿਰ ਕਿਸ ਭਾ ਦੇ ਜੱਟ ਹਾਂ
ਕਹਿੰਦੇ ਬਿਨ ਪਾਣੀ ਤੋ ਸੁੱਕ ਗਈ ਸਾਡੀ ਕਣਕ ਅਗੇਤੀ
ਮਾਂ ਮੇਰੀ ਮਰ ਗਈ ਸਰਫੇ ਕਰਦੀ , ਬਾਪੂ ਕਰਦਾ ਖੇਤੀ

ਕੋਈ ਹੱਥ ਨਹੀ ਸਿਰ ਤੇ ਰੱਖਦਾ ਕੀਹਨੁ ਮਾਰਾਂ ਤਰਲਾ

ਕਹਿੰਦੇ ਤੇਰੇ ਹੱਕ ਵਿੱਚ ਕਾਕਾ ਔਂਦਾ ਨਹੀਂ ਇੱਕ ਮਰਲਾ
ਜ਼ੈਲਦਾਰਾ ਕੋਈ ਫੈਦਾ ਚੱਕ ਗਿਆ ਤੇਰੇ ਈ ਘਰ ਦਾ ਭੇਤੀ
ਮਾਂ ਮੇਰੀ ਮਰ ਗਈ ਸਰਫੇ ਕਰਦੀ , ਬਾਪੂ ਕਰਦਾ ਖੇਤੀ

41. ਟੁੱਟੀ ਐਨਕ ਤਾਂਹਵੀ ਮਾਂ ਤਰਪਾਈ ਕਰਦੀ ਹੁੰਦੀ ਸੀ

ਮੇਰੀ ਫੀਸ ਸੀ ਭਰਨੀ ਸੂਟ ਸਿਲਾਈ ਕਰਦੀ ਹੁੰਦੀ ਸੀ
ਟੁੱਟੀ ਐਨਕ ਤਾਂਹਵੀ ਮਾਂ ਤਰਪਾਈ ਕਰਦੀ ਹੁੰਦੀ ਸੀ

ਪੁੱਤ ਮੇਰਾ ਕੁਜ ਬਣਜੇ ਮਾਂ ਨੇ ਲੱਖਾਂ ਸੁਪਨੇ ਵੇਖੇ ਸੀ
ਮੈਨੂ ਯਾਦ ਹੈ ਮੇਰੇ ਦਾਖਲੇ ਵੇਲੇ ਮਾਂ ਨੇ ਕੰਗਣ ਵੇਚੇ ਸੀ
ਭੈਣ ਦੇ ਦਾਜ ਦੇ ਸੂਟਾਂ ਉੱਤੇ ਕਢਾਈ ਕਰਦੀ ਹੁੰਦੀ ਸੀ
ਟੁੱਟੀ ਐਨਕ ਤਾਂਹਵੀ ਮਾਂ ਤਰਪਾਈ ਕਰਦੀ ਹੁੰਦੀ ਸੀ

ਚੁੱਲ੍ਹਾ ਚੌਕਾ ਕਰਕੇ ਮੈਨੂ ਛੱਡਣ ਸਕੂਲੇ ਆਂਦੀ ਸੀ
ਰੋਜ਼ ਰਾਤ ਨੂੰ ਗੱਲਾਂ ਬਾਬੇ ਨਾਨਕ ਦੀਆਂ ਸੁਣੌਂਦੀ ਸੀ
ਮੇਰੇ ਨਿੱਕੇ ਹੁੰਦੇ ਦਾ ਜੁੜਾ ਮੇਰੀ ਤਾਈ ਕਰਦੀ ਹੁੰਦੀ ਸੀ
ਟੁੱਟੀ ਐਨਕ ਤਾਂਹਵੀ ਮਾਂ ਤਰਪਾਈ ਕਰਦੀ ਹੁੰਦੀ ਸੀ

42. ਕਿੱਸਾ ਸੁੱਚੇ ਦਾ

ਦਿਲ ਵਿੱਚ ਰੱਖਕੇ ਧਿਆਨ ਉੱਚੇ ਦਾ
ਆਜੋ ਮੈਂ ਸੁਣਾਵਾਂ ਥੋਨੂ ਕਿੱਸਾ ਸੁੱਚੇ ਦਾ

ਬੱਸ ਹੋਰ ਸਹੀ ਨੀ ਹੁੰਦੀ ਮੈਥੋ ਬੇਜ਼ਤੀ
ਸੁੱਚੇ ਨੂ ਨਰੈਨੇ ਨੇ ਸੀ ਤਾਰ ਭੇਜਤੀ

ਫੌਜ ਛੱਡ ਪਿੰਡ ਨੂੰ ਤੂੰ ਆਜਾ ਸੁੱਚਿਆ
ਘੁੱਕਰ ਨੇ ਪਿੰਡ ਸਿਰ ਉੱਤੇ ਚੁੱਕਿਆ

ਛੱਡ ਡਿਊਟ ਫੌਜ ਮੈਂ ਸੰਦੂਕ ਦੇ ਦਿਓ
ਕਹਿੰਦਾ ਵੱਡੇ ਸਾਬ ਜੀ ਬੰਦੂਕ ਦੇ ਦਿਓ

ਨਿਗ੍ਹਾ ਚਿਰਾਂ ਤੋਂ ਸੀ ਰੱਖੀ ਵੀ ਜਸੂਸ ਨੇ
ਪਾ ਲਏ ਬੰਦੂਕ ਵਿੱਚ ਕਾਰਤੂਸ ਨੇ

ਮੋਢੇ ਤੇ ਦੁਨਾਲੀ ਲੱਕ ਉੱਤੇ ਚਾਦਰਾ
ਕਹਿੰਦਾ ਹੁਣ ਦੱਸ ਵੱਡਿਆ ਬਹਾਦਰਾ

ਰੋਕ ਲਉਗਾ ਕੌਣ ਤੇਰੀ ਮੌਤ ਆਈ ਨੂੰ
ਭੱਜ ਲਾਏਂਗਾ ਕਿਥੇ ਛੇੜ ਕੇ ਜਵਾਈ ਨੂੰ

ਮਾਰਿਆ ਬੰਦੂਕ ਜਾ ਜੋ ਬੱਟ ਵੱਟ ਕੇ
ਡਿੱਗਿਆ ਘੁੱਕਰ ਵਾਹਵਾ ਪਰੇ ਹਟ ਕੇ

ਹਿੱਕ ਵਿੱਚ ਗੋਲੀ ਠੋਕ ਤੀ ਤੜਾਕ ਜੀ
ਕੋਹਾਂ ਤਕ ਸੁਣੇ ਫੈਰ ਦੇ ਖੜਾਕ ਜੀ

ਔਖਾ ਹੁੰਦਾ ਰੋਕਣਾ ਪਾਣੀ ਦੀ ਛੱਲ ਨੂੰ
ਮਾਰ ਕੇ ਘੁੱਕਰ ਹੋਇਆ ਵੀਰੋ ਵੱਲ ਨੂ

ਗੁੱਤੋਂ ਫੜ ਕਹਿੰਦਾ ਗੱਲ ਸੁਣ ਭਾਬੀਏ
ਹੋਈ ਤੂੰ ਬਸ਼ਰਮ ਕਿਓ ਬੇਹਿਸਾਬੀਏ

ਨਸ਼ਾ ਤੈਨੂ ਬੜਾ ਘੁੱਕਰ ਦੀ ਫੂਕ ਦਾ
ਦੱਬ ਤਾ ਫੇ ਘੋੜਾ ਸੁੱਚੇ ਨੇ ਬੰਦੂਕ ਦਾ

ਵੀਰੋ, ਮੱਲ , ਘੁੱਕਰ ਨੂ ਮਾਰ ਸੂਰਮਾ
ਜੈਲਦਾਰਾ ਹੋ ਗਿਆ ਫਰਾਰ ਸੂਰਮਾ

43. ਪਰ ਕਰਜ਼ੇ ਤੋਂ ਡਰ ਲੱਗਦਾ

ਅਜੇ ਘਰ ਦੇ ਹਾਲਤ ਠੀਕ ਨਹੀਂ, ਆਵੇ ਮੀਹ ਤੇ ਬਰਾਂਡਾ ਵੱਗਦਾ
ਦਿਲ ਕਰਦੈ ਸਕੋੜਾ ਲੈ ਲਵਾਂ, ਪਰ ਕਰਜ਼ੇ ਤੋਂ ਡਰ ਲੱਗਦਾ

ਜਿਹਨੁ ਹੱਥ ਜੋੜ ਕਰੋ ਤਰਲੇ, ਬਾਪੂ ਦੱਸ ਓਹੋ ਬੰਦਾ ਕੌਣ ਸੀ
ਬਾਪੂ ਕਹਿੰਦਾ ਸੀ ਸਟਾਫ ਬੈਂਕ ਦਾ, ਲਿਆ ਨਿੱਕੀ ਦੇ ਵਿਆਹ ਲਈ ਲੋਨ ਸੀ
ਕਿਤੇ ਪੈਰਾਂ ਚ ਨਾ ਪੈਜੇ ਰੱਖਣੀ, ਪੈਂਦਾ ਰੱਖਣਾ ਧਿਆਨ ਪੱਗ ਦਾ
ਦਿਲ ਕਰਦੈ ਸਕੋੜਾ ਲੈ ਲਵਾਂ, ਪਰ ਕਰਜ਼ੇ ਤੋਂ ਡਰ ਲੱਗਦਾ

ਕਦੀ ਕਦੀ ਮੇਰਾ ਦਿਲ ਕਰਦੈ, ਮੰਗ ਕਰਾਂ ਮੈਂ ਵੀ ਆਈ ਫੋਨ ਦੀ
ਉੱਜ ਲੈਣ ਨੂੰ ਤਾਂ ਲੈ ਵੀ ਲਵਾਂਗੇ ਪਰ ਲੋੜ ਕੀ ਐ ਤੰਗ ਹੋਣ ਦੀ
ਪੈਣ ਬਾਪੂ ਨੂੰ ਨਾ ਹੱਥ ਅੱਡਣੇ, ਉੱਜ ਫਿਕਰ ਨੀ ਮੈਨੂ ਜੱਗ ਦਾ
ਦਿਲ ਕਰਦੈ ਸਕੋੜਾ ਲੈ ਲਵਾਂ, ਪਰ ਕਰਜ਼ੇ ਤੋਂ ਡਰ ਲੱਗਦਾ

ਇੱਕ ਲਾਲਿਆਂ ਨੇ ਜੱਟ ਖਾ ਲਿਆ, ਦੂਜਾ ਖਾ ਲਿਆ ਕਬੀਲਦਾਰੀਆਂ
ਜ਼ੈਲਦਾਰਾ ਦੇਖੀਂ ਡਿੱਗ ਨਾ ਪਵੀਂ, ਤੇਰੇ ਮੋਢੇ ਉੱਤੇ ਜ਼ਿੰਮੇਵਾਰੀਆਂ
ਬਾਜਾਂ ਵਾਲਿਆ ਬਚਾ ਲੀਂ ਡਿੱਗਨੇ, ਤੈਨੂ ਪਤਾ ਸਾਡੀ ਰਗ ਰਗ ਦਾ
ਦਿਲ ਕਰਦੈ ਸਕੋੜਾ ਲੈ ਲਵਾਂ, ਪਰ ਕਰਜ਼ੇ ਤੋਂ ਡਰ ਲੱਗਦਾ

ਸਾਡਾ ਹੱਕ ਖੋਹਣ ਨੂੰ ਐ ਫਿਰਦਾ, ਸਾਡਾ ਆਪਣਾ ਈ ਚਾਚਾ ਅਤਰਾ
ਹੱਥੋਂ ਜਾਪਦੀ ਜ਼ਮੀਨ ਖੁੱਸਦੀ, ਹੋਇਆ ਰੋਟੀ ਟੁੱਕ ਨੂੰ ਵੀ ਖਤਰਾ

ਪੌਂਦਾ ਡਾਹੜਿਆਂ ਨੂ ਹੱਥ ਕੋਈ ਨਾ, ਮਾੜੇ ਬੰਦੇ ਨੂ ਹਰੇਕ ਠੱਗਦਾ
ਦਿਲ ਕਰਦੈ ਸਕੌੜਾ ਲੈ ਲਵਾਂ, ਪਰ ਕਰਜ਼ੇ ਤੋਂ ਡਰ ਲੱਗਦਾ

ਬਾਵਾ ਮਿੰਨਤਾਂ ਹੈ ਪਿਆ ਕਰਦਾ, ਥੋਡੇ ਹੱਥ ਚ ਪੰਜਾਬ ਸਾਂਭ ਲਓ
ਕਿਤੇ ਚਿੱਟੀ ਹੀ ਨਾ ਕਰ ਛੱਡਿਓ, ਏਹੋ ਰਾਵੀ ਤੇ ਚਨਾਬ ਸਾਂਭ ਲਓ
ਪੁੱਤ ਮੋਏ ਨਹੀਓ ਫਿਰ ਲਬਣੇ , ਭੈੜਾ ਵੈਲ ਚੰਦਰੀ ਡ੍ਰਗ ਦਾ
ਦਿਲ ਕਰਦੈ ਸਕੌੜਾ ਲੈ ਲਵਾਂ, ਪਰ ਕਰਜ਼ੇ ਤੋਂ ਡਰ ਲੱਗਦਾ

44. ਨਾ ਜੰਮੀ ਐਸੇ ਦੇਸ ਮਾਏ

ਜਿੱਥੇ ਛੱਤ ਤੇ ਕਰਜ਼ਾ ਭਾਰੀ ਦੱਸਿਆ ਲਿਫਦੇ ਹੋਏ ਸ਼ਤੀਰਾਂ ਨੇ
ਜਿੱਥੇ ਥਾਲੀ ਦੇ ਵਿੱਚ ਰੋਟੀ ਨਹੀਂ ਤੇ ਤਨ ਦੇ ਉੱਤੇ ਲੀਰਾਂ ਨੇ

ਜਿੱਥੇ ਰਾਂਝੇ ਕਰਨ ਦਿਹਾੜੀ ਜੀ ਤੇ ਗੋਹਾ ਚੁੱਕਦੀਆਂ ਹੀਰਾਂ ਨੇ
ਜਿੱਥੇ ਕੁੱਟ ਕੁੱਟ ਰੋੜੀ ਘਸ ਗਈਆਂ ਸਬ ਹੱਥਾਂ ਦੀਆਂ ਲਕੀਰਾਂ ਨੇ

ਜਿੱਥੇ ਘਰ ਦੇ ਬੂਹੇ ਤੇ ਆਕੇ ਮੁਹ ਮੋੜ ਲਿਆ ਤਕਦੀਰਾਂ ਨੇ
ਜਿੱਥੇ ਅੱਗ ਕਿਸੇ ਚੁੱਲ੍ਹੇ ਵਿੱਚ ਨਹੀ ਕੀ ਮੰਗਣਾ ਫੇਰ ਫਕੀਰਾਂ ਨੇ

ਜਿੱਥੇ ਬੇਤਰਸੇ ਜਹੇ ਰਾਜੇ ਨੇ ਤੇ ਕੂਫਰ ਦੀਆਂ ਜਾਗੀਰਾਂ ਨੇ
ਜਦ ਵੀ ਉੱਠੀਆਂ ਬਸ ਜੁਲਮ ਲਈ ਜਿੱਥੇ ਸਮੇਂ ਦੀਆਂ ਸ਼ਮਸ਼ੀਰਾਂ ਨੇ

ਨਾ ਜੰਮੀ ਐਸੇ ਦੇਸ ਮਾਏ ਜਿੱਥੇ ਨਾਲ ਨਹੀ ਖੜਨਾ ਵੀਰਾਂ ਨੇ
ਜਿੱਥੇ ਸਾਡੀ ਪੱਤ ਦਾ ਸਿੱਕਿਆਂ ਦੇ ਨਾਲ ਲੌਣਾ ਮੁੱਲ ਅਮੀਰਾਂ ਨੇ

45. ਕਬਿੱਤ

ਕਬਿੱਤ - ਸਾਹਿਬ-ਏ- ਕਮਾਲ ਸ੍ਰੀ ਗੁਰੂ ਗੋਬਿੰਦ ਸਿੰਘ ਜੀ ਮਹਾਰਾਜ

ਗੋਬਿੰਦ ਸਿੰਘ ਜੈਸਾ ਹੋਰ ਕੋਈ ਰਾਜਾ ਨਾ ਹੋਇਆ ਨਾ ਹੋਣਾ ਹਿੰਦੁਸਤਾਨ ਮੋਂ ਜੀ
ਜਿੰਨੀ ਸਿਫਤ ਕਰਾਂ ਉਨੀ ਲੱਗੇ ਥੋੜੀ ਹੋਰ ਕੀ ਕੀ ਕਹਾਂ ਉਸਦੀ ਸ਼ਾਨ ਮੋਂ ਜੀ

ਐਸਾ ਦਾਨੀ ਜੀ ਹੋਰ ਕਿਤੇ ਲਬਣਾ ਨਹੀ ਭਾਵੇਂ ਢੁੰਡ ਲਓ ਕੁੱਲ ਜਹਾਨ ਮੋਂ ਜੀ
ਪੁੱਤਰ ਦਾਨ ਕੀਤੇ ਦੋ ਸਰਹਿੰਦ ਮੋਂ ਜੀ ਦੋ ਗੜੀ ਚਮਕੋਰ ਘਮਸਾਨ ਮੋਂ ਜੀ

ਐਸੀ ਜੁਲਮ ਦੇ ਟਾਕਰੇ ਲਈ ਤੇਗ ਕੱਢੀ ਮੁੜ ਕੇ ਫੇਰ ਨਾ ਪਾਈ ਮਿਆਨ ਮੋਂ ਜੀ
ਯੋਧਾ, ਸੂਰਮਾ,ਦਾਨੀ, ਸਿਦਕ, ਸਬਰ,ਸਿੱਖੀ ਗੁਣ ਸਾਰੇ ਹੀ ਏਕ ਇਨਸਾਨ ਮੋਂ
ਜੀ

ਨੱਚੇ ਵੈਰੀਆਂ ਦੇ ਸਿਰ ਤੇ ਕਾਲ ਬਣਕੇ ਐਸੀ ਸ਼ਕਤੀ ਸੀ ਉਸ ਕਿਰਪਾਨ ਮੋਂ ਜੀ
ਕਹਿੰਦਾ ਖਾਲਸੇ ਤੇ ਆਂਚ ਨਹੀ ਔਣ ਦੇਣੀ ਜਦੋਂ ਤੱਕ ਮੇਰੀ ਜਾਣ ਹੈ ਜਾਣ ਮੋਂ ਜੀ

ਜਿੰਨੇ ਜਿਸਮ ਉਹਦੇ ਤੇ ਜ਼ਖ਼ਮ ਹੋਏ ਉਨੇ ਤਾਰੇ ਨੀ ਹੋਣੇ ਅਸਮਾਨ ਮੋਂ ਜੀ
ਸੇਜ ਪੱਥਰਾਂ ਦੀ ਤੇ ਫਿਰ ਵੀ ਸੌਂ ਗਿਆ ਕਰਦਾ ਸ਼ੁਕਰ ਓ ਖੁੱਲੇ ਮੈਦਾਨ ਮੋਂ ਜੀ

ਜੈਲੀ ਰਚੇ ਕਬਿੱਤ ਕਲਗੀਧਰ ਜੀ ਦਾ ਰਜਬ ਅਲੀ ਨੂ ਰਖ ਕੇ ਧਿਆਨ ਮੋਂ ਜੀ
ਵਾਰਾਂ ਗੋਬਿੰਦ ਸਿੰਘ ਦੀਆਂ ਜੁਗਾਂ ਤਾਈਂ ਗੌਂਦੇ ਰਹਿਣ ਗੇ ਢਾਡੀ ਦੀਵਾਨ ਮੋਂ ਜੀ

46. ਜਿਹੜਾ ਬੰਦਾ ਕੱਲਾ ਹੁੰਦੈ

ਜਿਹੜਾ ਬੰਦਾ ਕੱਲਾ ਹੁੰਦੈ
ਉਸ ਬੰਦੇ ਨਾਲ ਅੱਲਾ ਹੁੰਦੈ

ਰੱਬ ਬੰਦੇ ਦੇ ਨਾਲ ਈ ਹੁੰਦੈ
ਜਿਓ ਚੁੰਨੀ ਨਾਲ ਪੱਲਾ ਹੁੰਦੈ

ਸਾਥ ਦੋਵਾਂ ਦਾ ਬਿਲਕੁਲ ਪੱਕਾ
ਜਿਓ ਹੱਟੀ ਨਾਲ ਗੱਲਾ ਹੁੰਦੈ

ਰੱਬ ਨਾਲ ਬੰਦਾ ਐਵੇਂ ਜਚਦੈ
ਜਿਓ ਚੀਚੀ ਨਾਲ ਛੱਲਾ ਹੁੰਦੈ

ਰੱਬ ਨੂ ਪੈਸੇ ਪਿੱਛੇ ਛੱਡੇ
ਓ ਬੰਦਾ ਨਹੀਂ, ਦੱਲਾ ਹੁੰਦੈ

ਬਿਨ ਪੈਂਦੇ ਦਾ ਬੰਦਾ ਜਿਹੜਾ
ਓਹਦਾ ਨਾ ਕੋਈ ਥੱਲਾ ਹੁੰਦੈ

ਧਮਕੀ ਓ ਦਿੰਦੈ ਘਰ ਛੱਡਣ ਦੀ
ਓਹ ਕਿਹੜਾ ਕਿਤੇ ਚੱਲਾ ਹੁੰਦੈ

ਪੈਂਤੀ ਅੱਖਰੀ ਦੇ ਆਖਿਰ ਵਿਚ
ਯਯਾ ਰਾਰਾ ਲੱਲਾ ਹੁੰਦੈ

ਦਿਲ ਨੂ ਦੇਖੇ ਸ਼ਕਲ ਨਾ ਦੇਖੇ
ਸੱਜਣ ਓਹੀ ਸਵੱਲਾ ਹੁੰਦੈ

ਬੇਮਤਲਬ ਦੀ ਗੱਲ ਲਿਖਦੈ ਜੋ
ਜੈਲਦਾਰ ਜਿਹਾ ਝੱਲਾ ਹੁੰਦੈ .

www.ingramcontent.com/pod-product-compliance
Lightning Source LLC
Chambersburg PA
CBHW071458130726
47997CB00006B/2388